എന്റെ
അച്ഛൻ
എന്റെ
പുണ്യം

മിനി ശരത്ചന്ദ്രൻ

First Published in February 2022

ISBN: 978-93-5472-834-1

BLUEROSE PUBLISHERS

www.bluerosepublishers.com

info@bluerosepublishers.com

+91 8882 898 898

Cover Design:

Aveek

Typographic Design:

Namrata Saini

Distributed by: BlueRose, Amazon, Flipkart

ഈ ജന്മത്തിൽ ഈശ്വരൻ എനിക്കു നൽകിയ വരപ്രസാദം... അതായിരുന്നു എനിക്കെന്റെ അച്ഛൻ. അച്ഛനെ ഓർക്കുവാൻ പ്രത്യേകിച്ചു ഒരു ദിവസമോ മാസമോ നേരമോ കാലമൊ ഒന്നിന്റെയും ആവിശ്യമില്ല. സത്യം പറഞ്ഞാൽ ഓരോ നിമിഷത്തിലും ഞാൻ എന്റെ അച്ഛന്റെ സ്നേഹസ്പർശം അനുഭവിച്ചറിയുന്നുണ്ട്.

ഇന്ന് ഒക്ടോബർ 7, അച്ഛൻ ഞങ്ങളെ വിട്ട് പിരിഞ്ഞിട്ട് ഒരു വർഷം പൂർത്തിയാകുന്നു. അച്ഛൻ ഞങ്ങളെ വിട്ടു പിരിഞ്ഞെങ്കിലും, അച്ഛൻ വീട്ടിൽ ഇല്ല എന്ന് ഒരു തോന്നൽ ഇതുവരെ അനുഭവച്ചിട്ടില്ല എന്നതാണ് സത്യം. ഈ ഭൂമിയിൽ നിന്ന് അച്ഛന്റെ ശരീരം മാത്രമേ മറഞ്ഞുപോയിട്ടുള്ളു....

എന്റെ ഹൃദയത്തിൽ എന്നും നിറഞ്ഞുനിൽപ്പുണ്ട് പുഞ്ചിരിക്കുന്ന ആ മുഖവും ഒരിക്കലും മരിക്കാത്ത എന്റെ അച്ഛന്റെ ഓർമകളും.....

എത്രെ പെട്ടെന്ന് ആണ് കാലം നമ്മെ അത്ഭുതപെടുത്തി കടന്ന് കളയുന്നത് //

ഇന്നലെ എന്ന പോലെ എല്ലാ ഓർമകളും തിളങ്ങിനിൽക്കുന്നു.

അച്ഛൻ എനിക്ക് എന്നും ഒരു അത്ഭുതമായിരുന്നു. ആ മനസിന്റെ ധൈര്യവും ഏത് സാഹചര്യത്തെയും നേരിടാനുള്ള ചങ്കൂറ്റവും , വിഷമങ്ങളെ പുഞ്ചിരിയിൽ ഒതുക്കാനുള്ള അച്ഛന്റെ ആ കഴിവിനെ ഒരു ആരാധനയോട്

ആണ് ഞാൻ നോക്കി കണ്ടിരുന്നത്. അച്ഛന്റെ ചുങ്കൂറ്റത്തിന്റെ അകമ്പടി ഇല്ലാതെ തുഴഞ്ഞു തീർത്തെ ഒരു വർഷം.

പിന്നിലേക്ക് നോക്കുമ്പോൾ നെഞ്ച് പിടയുന്നു. ഒരു വിങ്ങലോടേ അല്ലാതെ, അച്ഛനെ കുറിച് എഴുതാനോ ചിന്തിക്കാനോ എനിക്ക് കഴിയില്ല. എന്തൊക്കെ ഉണ്ടായാലും ഏറ്റവും വേണ്ടത്, വേണ്ടപ്പെട്ടത് മാത്രം ഉണ്ടായില്ല, "അച്ഛൻ· ആ ഒരു അരക്ഷിവസ്ഥ അപകർഷ്ക്കത ഒന്നിനും പകരം തരാനും കഴിയില്ല.

എന്റെ ജീവിതത്തിലെ ഏറ്റവും വലിയ ഭാഗ്യവും നഷ്ടവും അച്ഛനാണ്.

അച്ഛൻ എനിക്ക് എന്നും ഒരു ധീരനായകൻ ആയിരുന്നു എല്ലാ വിഷമങ്ങളിൽ നിന്നും എന്നെ രക്ഷിക്കുന്ന് ഒരു സൂപ്പർ പരിവേഷമായിരിന്നു ഞാൻ അച്ഛനിൽ കണ്ടിരുന്നത്.

എന്റെ ജീവിതത്തിലെ എത്രെ വലിയ ഭൂലോകപ്രശ്നവും അച്ഛന്റെ മുന്നിൽ ഒരു ചെറിയ പുല്ലാമ്പായി മാറുന്നതാണ് ഞാൻ കണ്ട ഏറ്റവും സുന്ദര കാഴ്ച.

അച്ഛൻ ഇല്ലാത്ത വീട്ടിലേക്ക് കയറി ചെല്ലാൻ ആദ്യ നാളുകളിൽ ഒരുപാട് പ്രയാസവും തോന്നിയിരുന്നു.

അച്ഛന്റെ മുറിയിലെ ഒഴിഞ്ഞ കട്ടിലും കസേരയും, മേശയും എല്ലാം എന്റെ കണ്ണുകളെ ഈറനണിയിച്ചു. ഉള്ളു കൊണ്ട് അച്ഛനോട്

വിശേഷങ്ങൾ പറഞ്ഞു സമാധാനിച്ചു// അച്ഛാ ഞാൻ വന്നു കേട്ടോ എന്ന് ആരും കേൾക്കാതെ ഫോട്ടോയിൽ നോക്കി മന്ത്രിച്ചു. വീട്ടിലോട്ട് കയറിചെല്ലുമ്പളൊക്കെയും സുഖമില്ലാതെ കിടക്കുന്ന എന്റെ അമ്മയെ നെഞ്ചോടു ചേർത്തിരിക്കുന്ന, അല്ലെങ്കിൽ കസേരയിൽ പത്രം വായിചച്ചുകൊണ്ടിരിക്കുന്ന , കണ്ണാടിയിൽ നോക്കി ഷേവ് ചെയ്തോണ്ട് ഇരിക്കുന്ന, അതുമല്ലെങ്കിൽ പറമ്പിൽ ഏതെങ്കിലും ജോലി ചെയ്ത് കൊണ്ട് അച്ഛൻ അവിടെ ഒക്കെ ഉണ്ടാവുമെന്ന് മനസിനെ പറഞ്ഞു വിശ്വസിപ്പിക്കുവാൻ ആണ് എനിക്ക് ഇഷ്ടം. അല്ലെങ്കിലും നമ്മൾക്ക് പ്രിയപ്പെട്ടവർ നമ്മെ വിട്ട് എങ്ങും പോവുന്നില്ല.... അവരെ നമ്മൾ ഓർക്കുന്നത്തോളം കാലം....

ഇന്ന് ഞാൻ ഒരു ഭാര്യ ആണ്, അമ്മയാണ്, അമ്മൂമ്മയാണ് എന്നാൽ അച്ഛൻ ഉണ്ടായിരുന്നപ്പോൾ ഉള്ള ഒരു സുരക്ഷിതാവസ്ഥ ഇന്ന് ഇല്ല എന്ന് ഒരു തോന്നൽ, ആ ഒരു തണൽ വൃക്ഷം ആരോ അറത്തു മാറ്റപ്പെട്ടു. എല്ലാവരും പറഞ്ഞു ഭാഗ്യം ചെയ്ത ഒരു മരണം

82 വയസ്സ് വരെ നല്ല ആരോഗ്യത്തോടെ ജീവിച്ചില്ലേ, കഷ്ടപ്പെടാതെ പോയില്ലേ എന്നൊക്കെ എന്നെ സമാധാനിപ്പിക്കുവാൻ എന്നാൽ എന്റെ അച്ഛൻ ഇനീം ഒരു ഓർമ മാത്രം ആണ്, എന്ന യാഥാർഥ്യം എനിക്ക് ഇന്ന് സഹിക്കാൻ കഴിയുന്നില്ല.

അച്ഛൻ എനിക്ക് ആരൊക്കെ ആയിരുന്നു. എന്റെ ആദ്യ ഗുരുനാഥൻ എന്റെ അച്ഛനായിരുന്നു.

ആദ്യമായി അച്ഛന്റെ മടിയിൽ ഇരുത്തി അച്ഛൻ തന്നെ ആണ് ഹരിശ്രീ കുറിച്ചത്. അതെ എന്റെ മക്കൾക്കും, ഇപ്പോൾ എന്റെ കൊച്ചുമകനേയും അച്ഛൻ തന്നെയാണ് ആ കർമം നിർവഹിച്ചത്.

അച്ഛനും അമ്മയും തമ്മിലുള്ള സ്നേഹബന്ധവും എന്നും ഞങ്ങൾക്ക് വഴികാട്ടിയിരുന്നു. പരസ്പരമുള്ള വിശ്വാസവും ബഹുമാനവും സഹകരണവും സ്വാതന്ത്ര്യവും , എല്ലാം അടങ്ങിയിരുന്ന ഒരു ബന്ധം.

ഒരാൾ അടുത്ത ഇല്ലാത്ത ഇരുന്നപ്പോൾ അവരുടെ നന്മകൾ മാത്രമേ രണ്ടു പേരും ഞങ്ങളോട് പറഞ്ഞിരുന്നോള്ളൂ, അങ്ങനെ ആണ് നല്ല ദാമ്പത്യങ്ങൾ വളരേണ്ടത്.

ഇന്ന് എന്റെ മക്കളോട് ഞാൻ പങ്കുവെക്കുന്നതും അങ്ങനെ എനിക്ക് കിട്ടിയ ഉപദേശങ്ങളും നന്മകളുമാണ്.

ഏകദേശം മൂന്നു വയസ്സുള്ളപ്പോൾ മുതൽ ഉള്ള അച്ഛനെ കുറിച്ചുള്ള ഓർമ്മകൾ ഇന്നലെയെന്ന പോലെ എന്റെ മനസ്സിൽ തെളിഞ്ഞവരുന്നുണ്ട്. അച്ഛനും ഞാനും തമ്മിലുള്ള ആ ആത്മബന്ധം എങ്ങനെ വിവരിക്കണം എന്ന് എനിക്ക് അറിയില്ല.

അച്ഛനെയും അമ്മയും ഒരുപോലെ ഇഷ്ടമായിരുന്നു, എന്നിരുന്നാലും എന്തോ, എനിക്ക് എല്ലാം എന്റെ അച്ഛനായിരുന്നു.

പെൺകുട്ടികൾക്കു എല്ലായെപ്പോഴും അമ്മയേക്കാൾ ഇത്തിരി സ്നേഹ കൂടുതൽ അച്ഛനോട് തന്നെ ആയിരിക്കും. എനിക്ക് അത് കൊറച്ചു കൂടുതലായിരുന്നു എന്ന് മാത്രം, ഞങ്ങൾ തീരെ കുഞ്ഞായിരുന്നപ്പോൾ അമ്മക്ക് ആലപ്പുഴയിൽ ഗേൾസ് സ്കൂളിലായിരുന്നു ജോലി, അപ്പോൾ മാസത്തിലും ആഴ്ചയിലും ഒക്കെ ആയിരുന്നു അമ്മയുടെ വരവ്. ആ സമയങ്ങളിൽ എല്ലാം അമ്മയുടെ സ്നേഹംകൂടി പകർന്നു നൽകിയിരുന്നു അച്ഛൻ.

ഇപ്പോളും അതൊക്കെ ഓർക്കുമ്പോൾ അറിയാതെ കണ്ണ് നിറഞ്ഞ് ഒഴുകും. എല്ലാം തുറന്ന് പറയാൻ കഴിയുന്നെ എന്റെ ഏറ്റവും നല്ലൊരു സുഹൃത്തും കൂടിയായിരുന്നു അച്ഛൻ.

കുട്ടികാലത്ത് അച്ഛൻ എവിടെ പോയി വന്നാലും എനിക്ക് ഏറ്റവും ഇഷ്ടമുള്ള ഏന്തെങ്കിലുമൊക്കെ ആയിട്ടാണ് വരാറുള്ളത്. നന്നായി ഒരുങ്ങുന്നതും നല്ല ഡ്രസ്സ് ഇടുന്നതും അച്ഛന് വളരെ ഇഷ്ടമായിരുന്നു.

അമ്മയുടെ അച്ഛൻ കർക്കശകാരനായ ഒറു അധ്യാപകനായിരുന്നു അതിനാൽ കുട്ടികാലത്ത അമ്മേയ്ക്ക് അപ്പൂപ്പനിൽ നിന്ന് വലിയ സ്നേഹലാളനകൾ കിട്ടിയിരുന്നില്ല. അപ്പൂപ്പന്റെ അഭിപ്രായത്തിൽ സ്നേഹം പ്രകടിപ്പിച്ചാൽ അത് കുട്ടികളിൽ ദോഷം ചെയ്യും എന്നൊരു തോന്നലായിരിക്കണം. അതൊക്കെ മനസിലാക്കിയ എന്റെ അച്ഛൻ ആ ഒരു സ്നേഹംകൂടി എന്റെ അമ്മയ്ക്ക്

നൽകിയിരുന്നു. എന്നാൽ എന്റെ അമ്മയുടെ അമ്മ, അമ്മൂമ്മ, ഒരുപാട് സ്നേഹം നൽകിയാണ് ഞങ്ങളെ വളർത്തിയത്. എപ്പോഴും രസകരമായ തമാശകളും ചിരികളും , ഒരുപാട് നല്ല ഉപദേശങ്ങളും, കഥകളും ഒക്കെ പകർന്നു നൽകിയ എന്റെ അമ്മൂമ്മയെ എനിക്ക് ജീവനായിരുന്നു. കുട്ടികാലത്ത് എന്റെ മനസ്സിൽ കൃഷ്ണഭക്തി നിറച്ചത് എന്റെ അമൂമ്മയായിരുന്നു. അന്നത്തെ കാലത്ത് നല്ല വിദ്യാഭ്യാസം ലഭിച്ചതായിരുന്നു അമ്മൂമ്മയ്ക്ക്. നല്ല ആര്യോഗ്യത്തോട് ഇരുന്ന് സമയത്തായിരുന്നു എന്റെ അമ്മൂമ്മയുടെ വേർപാടു അതൊക്കെ എന്നും മനസ്സിൽ നിറഞ്ഞ നിൽക്കുന്ന ഓർമകളാണ്. അച്ഛന്റെ മാതാപിതാകളോട് ഉള്ള അമ്മയുടെ സ്നേഹവും ബഹുമാനവും കരുതലും അത്പോലെ അമ്മയുടെ അച്ഛനമ്മമാരോടുള്ള അച്ഛന്റെ സ്നേഹവും ബഹുമാനവും ഒക്കെ കണ്ടു വളർന്നപ്പോൾ എന്റെ ജീവിതത്തിലും ഇതെല്ലാം അനുകരിക്കണം എന്ന് ഞാൻ ആഗ്രഹിച്ചിരുന്നു. അവരുടെ രണ്ടു പേരുടെ ജീവിതം തന്നെയാണ് എന്നും എനിക്കുള്ള ജീവിതസന്ദേശം. അത്പോലെ തന്നെ എടുത്ത് പറയത്തക്ക രണ്ട് പേരാണ്, എന്റെ അച്ഛന്റെ അച്ഛനും അമ്മയും. കുട്ടികാലത്ത് ഒരുപാട് സ്നേഹം നൽകി യിരുന്നു എന്റെ അപ്പൂപ്പനും അമ്മൂമ്മയും. വീട്ടിൽ വരുന്നവർക്കൊക്കെ ആഹാരം നൽകിയിരുന്ന ഒരു കാലമായിരുന്നു അന്ന്. വരുന്നവർക്കെല്ലാം തന്നെ സന്തോഷത്തോട് അമ്മൂമ്മ കഴിച്ചില്ലെങ്കിൽ കൂടി വരുന്നവരെ തൃപ്തിപ്പെടുത്തുന്നത് കണ്ട് ഞാൻ

അത്ഭുദ്ധപ്പെട്ടിട്ടുണ്ട്. അതൊക്കെ കണ്ടു വളരാൻ ഉള്ള ഒരു മഹാഭാഗ്യം എനിക്ക് ലഭിച്ചിട്ടുണ്ട്. അന്ന് അതൊക്കെ കാണുമ്പോൾ അവരോടൊക്കെയുള്ള സ്നേഹത്തിന്റെ ആഴം വർദ്ധിച്ചിരുന്നു.

അതുപോലെ തന്നെ അച്ഛൻ സ്കൂളിൽ നിന്നും എസ്കർഷൻന് പോയി വന്നാലുടൻ, രാത്രി ഏറെ വൈകിയിരിക്കും അച്ഛൻ വരുന്നത്. മിക്കവാറും ഞാൻ നോക്കി ഇരുന്ന് ഉറങ്ങിട്ടുണ്ടാവും. വെളുപ്പിനെ ഉണർന്ന് അച്ഛന്റെ ബാഗ് തപ്പി നോക്കുമ്പോൾ, സന്തോഷം കൊണ്ട് എന്റെ മനസ്സ് നിറഞ്ഞുപോകുമായിരുന്നു.... കാരണം ഞാൻ ഏറ്റവും ഇഷ്ടപെടുന്ന ഒക്കെ ആയിരിക്കും അച്ഛൻ കൊണ്ടുവന്നിട്ടുള്ളത്. ഇപ്പോളും ഓർക്കുന്നു കന്യാകുമാരിയിൽ നിന്നും കൊണ്ട് തന്നിരുന്ന ശംഖ്മാലകളും വളകളും മറ്റും. ഇത് എല്ലാം ഇട്ട് ഞാൻ അച്ഛനെ കാണിക്കുമ്പോൾ ആ മുഖത്ത് വിരിയുന്നെ സന്തോഷം ഒന്ന് കാണേണ്ടത്തന്നെ ആയിരിന്നു. അച്ഛന്റെയും എന്റെയും ഇഷ്ടങ്ങൾക് എന്നും ഒരു സമാനത ഉണ്ടായിരുന്നു. എല്ലാ കാര്യങ്ങളിലും അത് അങ്ങനെ തന്നെ ആയിരുന്നു.

അതുപോലെ കുട്ടിക്കാലത്ത് അമ്മ പഠിപ്പിക്കാൻ ഇരുത്തിയാൽ ഞാൻ ആകെ ബഹളമായിരുന്നു, കരച്ചിലും പിഴച്ചിലും എല്ലാം.... അപ്പോൾ അച്ഛൻ വിളിക്കും മോൾ ഇങ്ങ് പോരെ എന്ന്. അത് കേൾക്കേണ്ട താമസം ഞാൻ ഓടി ചെന്ന് അച്ഛന്റെ കഴുത്തിലും നെഞ്ചത്തും കെട്ടി

പിടിച്ചു, തുരുതുരെ ഉമ്മ കൊടുക്കുമായിരുന്നു. വളരുംതോറും എനിക്ക് അച്ഛനോടുള്ള സ്നേഹം നൂറുരട്ടിയായി വർദ്ധിച്ചുകൊണ്ടിരുന്നു. എന്റെ പ്രൈമറി വിദ്യാഭ്യാസം അമ്മ പഠിപ്പിച്ച സ്കൂളിലായിരുന്നു, അവിടേം ഞാൻ അച്ഛനൊപ്പം ആണ് ചേരാൻപോയത്. അവിടെ നിന്നും അഞ്ചാം ക്ലാസ്സിൽ നൂറനാട് സിബിഎം സ്കൂളിലും, പിന്നീട് അച്ഛൻ പഠിച്ചിരുന്ന NSS കോളേജിലും ഒക്കെ ഞാൻ അച്ഛനോടോപ്പം ആണ് ചേരാൻ പോയത്. സിബിഎം സ്കൂളിൽ എന്റെ അച്ഛനെ പഠിപ്പിച്ചിരുന്ന ഒരു അധ്യാപകൻ എന്നെയും പഠിപ്പിച്ചിരുന്നു. അത് എന്റെ ജീവിതത്തിലെ ഒരിക്കലും മറക്കാൻ കഴിയാത്തെ ഒരു അടയാളപ്പെടുത്തൽ ആയിരുന്നു. കരുനാഗപ്പള്ളയിൽ നിന്ന് വന്നിരുന്നു ഒരു ജനാർദ്ധനൻ പിള്ള സർ. അദ്ദേഹത്തിന്ന് അച്ഛനോടുള്ള ഒരു സ്നേഹവും വാത്സല്യവും എന്നോടും കാണിച്ചിരുന്നു. അത്പോലെ അന്നത്തെ ഹെഡ്മാസ്റ്റർ ആയിരുന്ന ശ്രീ കൃഷ്ണപിള്ള സർ എന്നോട് പറഞ്ഞിരുന്നു, "നിന്റെ അപ്പൂപ്പൻ എന്നെ പഠിപ്പിച്ചത് ആണ് എന്ന് (എന്റെ അമ്മയുടെ അച്ഛൻ)

അദ്ദേഹം പള്ളിപ്പാട് നടുവട്ടം ഹൈസ്കൂളിലെ അധ്യാപകൻ ആയിരുന്നു. ഇതൊക്കെ എന്റെ അച്ഛനോടൊപ്പം ഉള്ള മധുരമുള്ള ഓർമ്മകൾ ആണ്.

ഞങ്ങൾ അപ്പുപ്പനും അമ്മുമ്മയും, അച്ഛനും അമ്മയും വലിയമ്മയും മക്കളും, പിന്നെ എന്റെ

അപ്പൂപ്പൻ എടുത്ത് വളർത്തിയ ഒരു വിശ്വനാഥൻ ചേട്ടനും ഇവർ എല്ലാം ചേർന്ന് ഒരു സന്തോഷകരമായ ഒരു കൂട്ട്കുടുംബം ആയിരുന്നു ഞങ്ങളുടേത്. അതിനാൽ കുട്ടികാലത്തു ഇവരുടെ എല്ലാം ലാളനകൾ ആവോളം അനുഭവിച്ചു വളർന്ന ഒരു ബാല്യകാലമായിരുന്നു ഞങ്ങളുടേത്. ഞങ്ങളോട് ഉള്ള ഒരു സ്നേഹവും കരുതലും അച്ഛനും അമ്മയും ഇവർക്കും പകർന്നു നൽകിയിരുന്നു. സത്യത്തിൽ ഈ മൂന്ന് ചേട്ടന്മാരും ഞങ്ങള്ക്ക് കുട്ടികാലത്തു ആവോളം സ്നേഹവും ലാളനകളും പിന്നെ ഞങ്ങളുടെ എല്ലാ നിർബന്ധങ്ങളും സാധിച്ചു തന്നിരുന്നു. കുട്ടികാലത്തു രവി കൊച്ചേട്ടനും ബാബു ചേട്ടൻകൂടിയായിരുന്നു ആശാൺപള്ളികുടത്തിൽ കൊണ്ടുപോയി വീട്ടിരുന്നത്. ഇപ്പോൾ വരെയും അവരുടെ ഞങ്ങളോടുള്ള സ്നേഹത്തിന്ന് ഒരു കുറവും സംഭവിച്ചതായി എനിക്ക് തോന്നിയിച്ചിട്ടില്ല. ഇപ്പോൾ ഇതിൽ എന്റെ ബാബുച്ചേട്ടൻ കൂടെയില്ല, എന്നിരുന്നാലും അന്നുനൽകിയിരുന്നോരു സ്നേഹത്തിനു പകരം വെയ്ക്കാൻ ഒന്നുമില്ല എന്റെ കൈയ്യിൽ. കൊച്ചേട്ടന്റെ അവസാന നാളുകളും എനിക്ക് സഹിക്കാൻ കഴിയുമായിരുന്നില്ല. ഷുഗർ കൂടി, ആദ്യം വിരലുകൾ മുറിച്ചു അതുകഴിഞ്ഞു മുട്ടിനു താഴെ വെച്ച് മുറിച്ചു മറ്റേണ്ടിവന്നു പിന്നെ കോവിടും , അവസാനം അറ്റാക്കും.

കൊച്ചേട്ടൻ സുഖമില്ലാണ്ട് ഇരുന്ന സമയങ്ങളിലോക്കെയും ഇടയ്ക്ക് എനിക്ക് പോയി കൊച്ചേട്ടനെ ഒന്ന് ആശ്വസിപ്പിക്കാനും സമാധാനിപ്പിക്കാനും കഴിഞ്ഞിരുന്നു. ഇപ്പോഴും എന്റെ മനസിന്ന് അത് ഒരു തൃപ്തി തരുന്ന കാര്യങ്ങളാണ്.

. അങ്ങിനെ അച്ഛന്റെ ലോകത്തിലേക്കു ചേട്ടനും യാത്രയായി..... അതു പോലെ തന്നെ എനിക്ക് സ്നേഹമായിരുന്നു എന്റെ വലിയമ്മ (രവികൊച്ചേട്ടന്റെയും ബാബുക്കൊച്ചേട്ടന്റെയും അമ്മ) ഞങ്ങൾ സ്നേഹപൂർവ്വം വിളിക്കുന്ന എന്റെ പാനിയമ്മ ഞങ്ങളുടെ വീടിനു വേണ്ടി ഒരുപാടു കഷ്ടപ്പെട്ട വ്യക്തിയാണവർ. കുട്ടികാലത്തു രാത്രി ഏറെ വൈകിയും മടിയിൽ കിടത്തി കഥകൾ പറഞ്ഞ് ഉറക്കിയിരുന്ന എന്റെ പാനിഅമ്മയെ നിറക്കണ്ണുകളോട് മാത്രമേ എനിക്കിന്ന് ഓർക്കുവാൻ കഴിയുന്നുള്ളു. ജീവിതത്തിന്റെ അവസാനം വരെ കഷ്ടപ്പെട്ട്, ഒരു സുഖവും അനുഭവിക്കാതെയാണ് ആ പാവം കടന്നു പോയത്. അവസാനം ക്യാൻസറിന്റെ രൂപത്തിൽ മരണം വന്ന് കീഴ്പ്പെടുത്തുക യായിരുന്നു ഒരു ദിവസം ഞാനും അച്ഛനും കൂടി ചെല്ലുമ്പോൾ ശ്വാസം എടുക്കാൻ ബുദ്ധി മുട്ടുന്ന പാനിയമ്മയെ എന്റെ അച്ഛൻ കട്ടികുറഞ്ഞ ഒരു തുണി ഉപയോഗിച്ച് ആ കഫം എല്ലാം എടുത്തു കളഞ്ഞു. എനിക്ക് അത്ഭുതം ആയിരുന്നു അച്ഛന്റെ ഈ പ്രവർത്തികൾ..... കാരണം അന്നൊക്കെ കാൻസർ എന്നു പറഞ്ഞാൽ ആരും അടുത്തിരുന്നു

പരിചരിക്കാൻ പ്രയാസപ്പെടുന്ന കാലം, അപ്പോഴും എന്റെ അച്ഛന്റെസ്നേഹത്തോടുള്ള ആ പ്രവർത്തി എനിക്ക് അച്ഛനോടുള്ള സ്നേഹത്തിന്റെ ആഴം വർധിപ്പിച്ചിരുന്നു

അച്ഛൻ മരിച്ചതിനു ശേഷം എന്റെ എല്ലാ കാര്യങ്ങൾക്കും സഹായി ആയി രവികൊച്ചേട്ടൻ ഇന്നും ഒരു നിഴൽ പോലെ എന്നോടൊപ്പം ഉള്ളത് എനിക്ക് ഒരു വലിയ ആശ്വാസമാണ്

അതുപോലെ വിശ്വനാഥൻ ചേട്ടനോടുള്ള എന്റെ അച്ഛൻെറയും അമ്മയുടെയും സ്നേഹം എനിക്കെന്നും അത്ഭുതമായിരുന്നു. രക്തബന്ധത്തിന്നും അപ്പുറമുള്ള ഒരു സ്നേഹബന്ധമായി ഇന്നും അത് നില നില്ക്കുന്നു എന്ന് ഉള്ളത് ഏറ്റവും വലിയ കാര്യമാണ്. ഓണവും ഉത്സവങ്ങളും ഒക്കെ വരുമ്പോൾ വിശ്വനാഥൻചേട്ടനെ പ്രതീക്ഷിച്ചു ഇരിക്കുന്ന എന്റെ അച്ഛനെയും അമ്മയേയും കാണുമ്പോൾ അവരുടെ ആ ചേട്ടനോടുള്ള സ്നേഹം എന്റെ മനസ്സിൽ എന്നും നിറഞ്ഞു നിൽക്കും. അച്ഛന്റെ മരണ ശേഷം, വിശ്വനാഥൻ ചേട്ടൻ എപ്പോളും എന്നോട് പറയാറ് ഉണ്ട് ഗോപി സാർ എനിക്ക് അച്ഛനും അമ്മയും ഒക്കെ ആയിരുന്നു എന്ന്. എന്തെങ്കിലും പ്രയാസം ഉണ്ടാവുമ്പോൾ സാർ നോട് പറഞ്ഞാൽ കിട്ടുന്നെ ഒരു ആശ്വാസം, അത് മറ്റൊരുആളോട് പറഞ്ഞ് അറിയിക്കാൻ കഴിയില്ല എന്നും മറ്റും.... ഇതൊക്കെ കേൾക്കുമ്പോൾ അവരുടെ ഒക്കെ മനസിന്റെ ഉള്ളിൽ എന്റെ അച്ഛനോടുള്ള സ്നേഹം ഓർത്ത് ഞാൻ അഭിമാനം കൊള്ളുന്നു.

ഞാൻ ആറാം ക്ലാസ്സിൽ പഠിക്കുന്നത് വരെ ഇവരൊക്കെ എന്നോടൊപ്പം ഉണ്ടായിരുന്നു. എന്റെ അപ്പൂപ്പനോടും അമ്മൂമ്മയോടും അച്ഛനും അമ്മക്കും ഉള്ള ഒരു ആദരവും, സ്നേഹവും, ബഹുമാനവും ഒക്കെ കണ്ട് ആണ് ഞാൻ വളർന്നത്.

അത്പോലെ തന്നെ അമ്മയുടെ അച്ഛനോടും അമ്മയോടും സ്വന്തം അച്ഛനമ്മമാരോട് ഉള്ള ഒരു സ്നേഹവും കരുതലുമാണ് അച്ഛന് ഉണ്ടായിരുന്നത്. സ്വന്തം ആൺമക്കളെ കാൾ അച്ഛനോടായിരുന്നു അവർക്ക് സ്നേഹം.

എന്റെ അപ്പൂപ്പനും, അമ്മൂമ്മയും പ്രായമായി രണ്ടു പേരും മൂന്നര വർഷം കിടന്നിരുന്നു. ആ സമയങ്ങളിൽ എല്ലാം ഓർമയില്ലാതെ കിടന്നിരുന്ന രണ്ടുപേരെയും കൊച്ചു കുഞ്ഞുങ്ങളെ നോക്കുന്നെ പോലെയായിരുന്നു എന്റെ അച്ഛൻ പരിചരിച്ചിരുന്നത്.

രാത്രി അപ്പൂപ്പന്റെ അടുത്ത തന്നെ ഒരു കട്ടിലിട്ട് അവിടെ ആയിരുന്നു കിടന്നിരുന്നത്. രാത്രിയിൽ ഒന്നും അച്ഛനും ഉറക്കം കിട്ടില്ലായിരുന്നു. എന്നിരുന്നാലും ആ കർമങ്ങൾ എല്ലാം അച്ഛൻ സന്തോഷത്തോടെയും, അതിൽ ഉപരി ഒരു ഭക്തിയോട്കൂടിയുമായിരുന്നു ചെയ്തിരുന്നത്. അച്ഛൻ എപ്പോളും പറയുമായിരുന്നു, ജീവിച്ചിരിക്കുന്നെ കാലത്ത് അച്ഛനും അമ്മക്കും വേണ്ടി എന്തെല്ലാ ചെയ്യാമോ, അതെല്ലാം സന്തോഷത്തോട് ചെയ്യുക. മരിച്ച് കഴിഞ്ഞ് ബാക്കി കർമങ്ങൾ എല്ലാം ചെയ്യുന്നത് മറ്റുള്ളവരെ ബോധ്യപ്പെടുത്താൻ

വേണ്ടി മാത്രമാണെന്നുമറ്റും. അങ്ങനെ ഉള്ള കർമങ്ങളിലും ഒന്നും തന്നെ അച്ഛന് വിശ്വാസം ഉണ്ടായിരുന്നില്ല. ജീവിതത്തിൽ ഓരോ വിഷമം ഉണ്ടാവുമ്പോളും, അച്ചൻ പറഞ്ഞിരുന്നത് ഞാൻ ഓർക്കാറുണ്ട്. എന്റെ അച്ഛനമ്മമാരുടെ അനുഗ്രഹം കൊണ്ടാണ് എല്ലാ പ്രശ്നങ്ങളും തരണം ചെയ്യാൻ കഴിഞ്ഞിരുന്നതെന്ന്ന്.

അത് എത്രെയോ ശെരി ആയിരുന്നു എന്ന് ഇന്ന് എനിക്ക് അറിയാൻ കഴിയുന്നുണ്ട്. നമ്മളിൽ നിന്ന് യാതൊന്നും പ്രതീക്ഷിക്കാതെ നമ്മളെ ഏറ്റവും കൂടുതൽ സ്നേഹിക്കുന്നവർ നമ്മുടെ അച്ഛനും അമ്മയും മാത്രമാണെന്നതാണ് സത്യം.

1961ഇലാണ് പടനിലം സ്കൂളിൽ അധ്യാപകനായി ചേർന്നത്. ഏകദേശം 32 വർഷത്തോളം അവിടെ സേവനം അനുഷ്ഠിച്ചു. അവിടെ നിന്ന് ഉള്ള അച്ഛന്റെ ശിഷ്യസമ്പത്ത് മറ്റു ഒരുപാട് അധ്യാപകർക് ലഭിച്ചു കാണില്ല, ജോലിയിൽ ഉള്ള ആത്മസമർപ്പണം പഠിപ്പിച്ച് പലരും പറഞ്ഞു കേട്ടിട്ടുണ്ട്ണ്ട്.

ചൂരൽ കഷായം നന്നായി നൽകിയിരുന്നു എന്നൊരു സവിശേഷതയും ആ കാലത്ത് ഉണ്ടായിരുന്നല്ലോ, അടി കിട്ടാത്തവർ ചുരുക്കം ആയിരുന്നു. ഇപ്പോൾ തിരിഞ്ഞ് നോക്കുമ്പോൾ അത് പലർക്കും തമാശയാണ്. അടി കൊടുത്തെങ്കിലും പിന്നീട് വിളിച്ചുവരുത്തി അത് എന്തിനാണെന്ന് പറയുന്ന ഒരു ശീലവും പറഞ്ഞുകേട്ടിട്ടുണ്ട്. എല്ലാവർക്കും ഗോപി സാർ എന്ന് പറഞ്ഞാൽ വല്ലാത്തൊരു സ്നേഹം തന്നെ

ആയിരുന്നു. അച്ഛൻ പഠിപ്പിച്ച പലരും നാട്ടിൽ വരുമ്പോളോ, വീട്ടീന്ന് അടുത്ത വരുമ്പോളോ, അച്ഛനെ വന്നു കാണുന്നത് ഞാൻ എത്രെയോ തവണ കണ്ടിരിക്കുന്നു.

വരുന്ന പലരും സമ്മാനങ്ങളൊക്കെ കൊണ്ടുആയിരുന്നു വരാറുള്ളത്, അപ്പോളൊക്കെ അച്ഛൻ പറയുന്നത് കേൾക്കാം നിങ്ങളുടെ മനസിന്റെ ഒരു കോണിൽ ഞാൻ ഉണ്ടല്ലോ, എനിക്ക് അത് മാത്രം മതി.

അച്ഛൻ പഠിപ്പിച്ചവരിൽ ഉന്നത സ്ഥാനങ്ങളിൽ ഇരിക്കുന്നവരെന്നോ മറ്റോ ഉള്ള യാതൊരു വേർതിരിവും അച്ഛൻ കാണിച്ചിരുന്നില്ല, എല്ലാ ശിഷ്യന്മാരെയും ഒരു പോലെ സ്നേഹിക്കാൻ അച്ഛൻ ശ്രദ്ധ വെച്ചിരുന്നു. അത് ബന്ധങ്ങളിലും അതുപോലെ തന്നെ ആയിരുന്നു, കുടുംബത്തിൽ തീരെ പ്രയാസം അനുഭവിക്കുന്നവരുടെ കൂടെ ആയിരുന്നു അച്ഛൻ എന്നും.... ആരെങ്കിലും വീട്ടിൽ വന്ന് അവർക്കുള്ള വിഷമങ്ങൾ പങ്കു വെയ്ക്കുമ്പോൾ അത് നല്ലൊരു കേൾവിക്കാരന്റെ ക്ഷമയോടെ അത് കേൾകാരുണ്ടായിരുന്നു. അതിനെല്ലാം പരിഹാരവും അച്ഛന്നാൽ കഴിയുന്നെ സഹായവും ചെയ്ത് കൊടുത്താണ് മടക്കി വിടാർ ഉള്ളത്. മല പോലെ വന്നത് എലി പോലെ പോയി എന്ന് പറഞ്ഞു സമാധാനിച്ചായിരുന്നു പലരും മടങ്ങി പോയിട്ടുള്ളത്. അത്രയ്ക്കും ആശ്വാസമായിരുന്നു അച്ഛന്റെ വാക്കുകൾക്ക്, ഇപ്പോൾ അച്ഛന്റെ മരണ ശേഷം പലരും എന്നോട് പറയാറ് ഉണ്ട്,

"എന്ത് വിഷമം ഉണ്ടെങ്കിലും ഗോപി സാർ നോട് പറഞ്ഞാൽ മനസിന്ന് എന്തൊരു ആശ്വാസമായിരുന്നു എന്ന്. ഇന്ന് അതൊക്കെ കേൾക്കുമ്പോൾ എന്റെ അച്ഛന്റെ മകളായി ജനിക്കാൻ കഴിഞ്ഞതാണ് ഈശ്വരൻ എനിക്ക് നൽകിയ ഏറ്റവും വലിയ കാരുണ്യം. ആർക്കെങ്കിലും എന്തെങ്കിലും സഹായം ചെയ്തു കൊടുത്താൽ ഞങ്ങളെ പോലും. അച്ഛൻ അറിയിച്ചുയിരുന്നില്ല എന്നതാണ് സത്യം. കൊടുക്കുന്നവനും മേടിക്കുന്നവനും മാത്രം അത് അറിഞ്ഞാൽ മതി എന്നതായിരുന്നു എന്നാരുന്നു അച്ഛന്റെ വാദം. ഇന്ന് എന്റെ അച്ഛൻ എഴുതിയെ ഡയറി വായിച്ചു നോക്കുമ്പോൾ എത്രെ മാത്രം പേരെ അച്ഛൻ സഹായിചച്ചിരുന്നു എന്ന് മനസിലാക്കം. പറയുന്ന വാക്കുകളെ കാൾ ചെയ്യുന്ന പ്രവർത്തി ആയിരിക്കണം ഒരുപടി മുന്നിൽ നിൽക്കേണ്ടത് എന്ന് അച്ഛൻ എപ്പോഴും പറയുമായിരുന്നു. ഇന്നത്തെ കാലത്ത് ആർകെങ്കിലും ചെറിയ ഒരു സഹായം ചെയ്താൽ അത് പത്തു പേര് അറിഞ്ഞിലെല്ല്ങ്കിൽ ചിലർക്കു വല്ലാത്ത വീർപ്പുമുട്ടൽ ആണ്, എന്നിരിക്കെ എന്റെ അച്ഛന്റെ ഈ പ്രവർത്തികൾ എല്ലാം ഞാൻ ഒരു അത്ഭുതത്തോടെ ആണ് കണ്ടിരുന്നത്. ഇതിൽ നിന്നൊക്കെ എന്തെല്ലാം കാര്യങ്ങൾ കണ്ടുപഠിക്കാൻ ഉണ്ടായിരുന്നു. അത്പോലെ അച്ഛനോട് പലരും ചോദിച്ചിട്ടുണ്ട് ഗോപി സാറിന്റെ കൂടെ ആണോ അച്ഛനും അമ്മയും താമസിക്കുന്നെ എന്ന്, അപ്പൊ അച്ഛന്റെ മറുപടി ഇങ്ങനെ ആയിരുന്നു, ഞാൻ എന്റെ അച്ഛന്റേം അമ്മയുടെ കൂടെയാണ് താമസിക്കുന്നത് എന്ന്.

ഈ ഒരു മറുപടി എനിക്ക് അച്ഛനോടടുള്ള ബഹുമാനം ഇരട്ടി ആക്കി. എനിക്ക് പലപ്പോഴും തോന്നിയിട്ടുണ്ട് എത്ര വായിച്ചാലും മതി വരാത്ത ഒരു പുസ്തകമായിരുന്നു എൻ്റെ അച്ഛൻ്റെ ജീവിതം എന്ന്. അച്ഛനോടുള്ള ഇവരുടെയൊക്കെ സ്നേഹത്തിൻ്റെ ആഴം ഞാൻ കൂടുതൽ അറിഞ്ഞത് അച്ഛൻ്റെ മരണത്തിൻ്റെ ശേഷം ആയിരുന്നു. നേരിട്ടും, ഫോണിലും എന്നോട് സംസാരിചച്ച് പലരും പറഞ്ഞ ഒരു കാര്യം പ്രായത്തിന്ന് അച്ഛനെ തളർത്താൻ കഴിഞ്ഞിട്ടില്ല എന്നായിരുന്നു. ഗോപി സാർ ഒരു നിത്യ വസന്തം ആയിരിന്നുവെന്ന് അവരൊക്കെ തമാശിച്ചിരുന്നു. സങ്കടം പറയാൻ വീട്ടിൽ വരുന്നവരോടുള്ള മൃദുസമീപനവും കേൾക്കാൻ ഉള്ള ഒരു ക്ഷമയും എല്ലാം ഞാൻ പലരിലും കണ്ടിട്ടില്ലാത്ത കാര്യങ്ങളാണ്.

"ആരെയും ബോധ്യപ്പെടുത്താനല്ല, നമ്മുടെ മനസിൻ്റെ സന്തോഷത്തിന്ന് വേണ്ടിയാണ് സഹായികയിക്കേണ്ടതെന്ന് എപ്പോളും അച്ഛൻ പറഞ്ഞു കേട്ടിട്ടുണ്ട്. അച്ഛന് ഒരു വലിയ സുഹൃത്തുവലയം കൂടി ഉള്ള ആൾ ആയിരുന്നു. കോളേജ് വിദ്യാഭ്യാസ കാലത്ത്, ലഭിച്ച, മരണം വരെ തുടർന്ന് നിന്ന ഒരു ബന്ധം ശ്രീ ചുനക്കര രാമൻകുട്ടി അങ്കിൾ നോട് അച്ഛനുണ്ടായിരുന്നു. ഒരു വല്ലാത്ത ആത്മബന്ധം ആയിരുന്നുന്നത്.

എല്ലാ മാസവും വിളിക്കാറുള്ള, തിരക്കിനിടയിലും വീട്ടിലേക്ക് വരാറുള്ള ഒരു ബന്ധം. അദ്ദേഹംആയി ഉള്ള അഭിമുഖങ്ങൾ

വരുമ്പോൾ കാണാൻ ഓർമിപ്പിക്കുന്നതും പതിവായിരുന്നു. കഴിഞ്ഞ വർഷം അദ്ദേഹത്തിന്റെ മരണം, അച്ഛനെ വല്ലാതെ തളർത്തിയിരുന്നു. പിന്നീട് പടനിലത്തെ ഗംഗധാരം സാറും അച്ഛന്റെ അടുത്ത സുഹൃത്തായിരുന്നു. പെൻഷൻ പറ്റിയെ ശേഷം ഉള്ള യാത്രകളൊക്കെ അവരുരുമിച്ചു ചെയ്തു. അമ്മക്ക് സുഖം ഇല്ലാതിരുന്ന നാളുകളിൽ ഒക്കെ, സാറിന്റെ സന്ദർശനം ഞങ്ങള്ക്ക് ഒരു വലിയ ആശ്വാസം തന്നെ ആയിരുന്നു. അച്ഛന്റെ bypass surgery യുടെ സമയത്ത് അദ്ദേഹം അച്ഛനോടൊപ്പം മൂന്ന് ദിവസ്സമാണ് ആശുപത്രിയിൽ കഴിഞ്ഞിരുന്നത്. ഇടക്ക് സാറിന്ന് സുഖം ഇല്ലാതെ വന്നത് അച്ഛനെ വളരെ വേദനിച്ചിരുന്നു. മരണത്തിലും ഏകദേശം അടുത്ത അടുത്ത തന്നെയായിരുന്നു രണ്ടുപേരുടെയും. വിട വാങ്ങൽ.. അത് പോലെ തന്നെ ഏറ്റവും അടുത്ത സുഹൃത്തും ബന്ധുവും ആയിരുന്ന പടനിലം സ്കൂളിലെ അധ്യാപകനായിരുന്ന ശ്രീ ശങ്കരപിള്ള സാർ. അമ്മക്ക് സുഖം ഇല്ലാതെ സമയത്തു ഒക്കെ സാർ വീട്ടിൽ വരുമായിരുന്നു.. ഞങ്ങളുടെ കുട്ടികാലം മുതൽ ഉള്ള ഒരു ആത്മബന്ധമായിരുന്നു സാറിനോട് ഉള്ളത്. അച്ഛന്റെ മരണ ശേഷം എന്നെ വിളിച്ചു എപ്പോളും സാർ ആശ്വസിപ്പിക്കുമായിരുന്നു. സാറിന്റെ വാക്കുകൾ അച്ഛൻ എന്നെ ആശ്വാസപ്പിക്കുന്നെ പോലെ തോന്നാറുണ്ട്. അത്പോലെ തന്നെ ശ്രീ ചുനക്കര തങ്കപ്പൻ സാർ, സാറുമായും അച്ഛന് വളരെ വലിയ ഒരു ആത്മബന്ധം ആയിരുന്നു.

ഇപ്പോൾ സാറിന്റെ മക്കളും നാട്ടിൽ വരുമ്പോളൊക്കെ അമ്മയെ വന്നു കാണാറുണ്ട്. ചുനക്കര ഭവനിയമ്മേ സാർ അച്ഛന്റെ മരണശേഷം എപ്പോഴും വിളിച്ചു ഞങ്ങക്ക് ആശ്വസിപ്പിക്കാറുണ്ട്. അത്പോലെ എന്റെ അദ്ധ്യാപകരായിരുന്ന പന്തളത്തെ ശ്രീ കൃഷ്ണപിള്ള സാറും, ശ്രീകുമാരി ടീച്ചറും അമ്മയ്ക്ക് സുഖമില്ലാത്ത കിടെന്നപോഴും അച്ഛന്റെ മരണശേഷവും അവർ നൽകിയിരുന്ന ആശ്വാസവാക്കുകൾ എനിക്ക് മറക്കാൻ കഴിയില്ല. ഇന്ന് അവർ എന്റെ ജീവിതത്തിന്റെ തന്നെ ഭാഗമായി കഴിഞ്ഞു. എന്റെ മകളുടെ അച്ഛനും അമ്മയുമാണ് അവർ ഇന്ന്. എല്ലാം ഈശ്വരനിശ്ചയം.

അച്ഛനെ പോലെ തന്നെ എന്റെ അമ്മയും ഒരുപാട് സുഹൃത്തബന്ധങ്ങൾ നിലനിർത്തി പോവുന്നെ ഒരു വ്യക്തിയായിരുന്നു. അതിൽ ഏറ്റവും പ്രധാനി എന്റെ അമ്മയുടെ കൂടെ ട്രെയിനിങ് കോളേജ് ഇൽ ഒരുമിച്ച് പഠിച്ചേ ആലപ്പുഴ സ്കൂളിൽ ജോലി ചെയ്തിരുന്ന സുഭദ്ര ആന്റി. വളരെ ആഴത്തിൽ ഒള്ള ഒരു ആത്മബന്ധമായിരുന്നു അവരുടേത്. ആലപ്പുഴയിൽ ഹോസ്റ്റലിൽ ആയിരിന്നു രണ്ടു പേരും ഒരുമിച്ചു താമസം.

1961 ഇൽ തുടങ്ങിയ ആ സൗഹൃദം ഇന്ന് വരെ അത്പോലെ തുടരുന്നുണ്ട്. അമ്മയുടെ ഈ അവസ്ഥ ആന്റിക്ക് വളരെ സങ്കടമാണ്. എന്നും എന്നെ വിളിച്ചു ആശ്വസിപ്പിക്കാർ ഉണ്ട്. എന്റെ അമ്മയുടെ അത്പോലെ ഒരു സ്നേഹം ഇന്ന്

എനിക്ക് അവരിൽ നിന്ന് കിട്ടുന്നുണ്ട്. അതൊന്നും തന്നെ ഒരു ചെറിയ കാര്യമല്ല.

എന്റെ അച്ഛനും,അമ്മയ്ക്കും ഏറ്റവും അടുപ്പവും,ഒരുപാട് ഇഷ്ടവും ഉള്ള രണ്ടു വ്യക്തിത്വങ്ങളായിരുന്നു വള്ളംകുളത്തുള്ള എന്റെ മണി അമ്മാവനും,സരോജ അമ്മാവിയും...അവർ രണ്ടുപേരും തന്നെ ഹൈസ്കൂൾ ആദ്യാപകരായിരുന്നു.എന്റെ കുട്ടിക്കാലം മുതൽ അച്ഛൻ മരിക്കുന്നവരെയും അവർ തമ്മിലുള്ള ആ ഒരു ആത്മ ബന്ധം അങ്ങിനെ തന്നെ തുടർന്ന് പോന്നിരുന്നു.ബന്ധങ്ങൾക്കുപരി ഏറ്റവുംനല്ലൊരു സൗഹൃദമായിരുന്നു എന്റെ അച്ഛനും,അമ്മയ്ക്കും അവരുമായി ഉണ്ടായിരുന്നത്.ഞങ്ങളുടെ സുഖ,ദുഖങ്ങളിലെല്ലാം അവരുടെ രണ്ടുപേരുടേയും സ്നേഹ സാമീപ്യം ഞാൻ എന്റെ കുട്ടിക്കാലം മുതൽ അനുഭവിച്ചു കൊണ്ടിരിക്കുകയാണ്.അമ്മക്ക് സുഖമില്ലാതെ ബില്ലേവിയർസ് യിലും,പരുമലയിലും,പുഷ്പഗിരിയിലും ഞാൻ അമ്മയെയും കൊണ്ട് കിടന്നപ്പോഴെല്ലാം അവർ രണ്ടുപേരും നിത്യ സന്ദർശകര ആ യിരുന്നു.അന്നവർ എനിക്ക് നൽകിയിരുന്നോരു സ്നേഹ സ്വാന്ത nem പറഞ്ഞറിയിക്കാൻ കഴിയില്ല...എന്റെ അച്ഛനമ്മമാരുടെ ഒരു സ്നേഹം പോലെ എനിക്കതു അനുഭവപ്പെട്ടിരുന്നു എന്നതാണ് സത്യം.അച്ഛന്

വല്ലാത്തൊരു അടുപ്പമായിരുന്നു അമ്മാവനോട്.അച്ഛന്റെ വേർപാടിൽ എന്നും രാത്രിയിൽ രണ്ടുപേരും എന്നെ വിളിച്ചു സമാധാനിപ്പിക്കാറുണ്ടായിരുന്നു.അച്ഛന്റെ മരണശേഷം പത്തു ദിവസത്തിനകം അമ്മാവനും വിടപറഞ്ഞു.അങ്ങിനെ ആ സുഹൃത് ബന്ധം മരണത്തിലും അടുത്തു തന്നെ സംഭവിച്ചിരുന്നു എന്നതാണ് എന്നെ അതിശയിപ്പിച്ചത്.അമ്മാവൻ മരിക്കുന്നതിന്റെ തലേദിവസം രാത്രിയിൽ എന്നോട് അച്ഛന്റെ പെൻഷൻ പേപ്പറുകളുടെ കാര്യമെല്ലാം വിശദമായി സംസാരിച്ചിരുന്നു.രാവിലെ ഈ മരണ വാർത്ത അക്ഷരർത്ഥത്തിൽ എന്നെ വല്ലാതെ ഉലച്ചു കളഞ്ഞിരുന്നു.ഇപ്പോഴും അമ്മാവി എന്നെ വിളിച്ചു അമ്മയുടെ കാര്യങ്ങളെല്ലാം തിരക്കാറുണ്ട്.ബന്ധങ്ങൾക്കപ്പുറമുള്ള ഒരു ആത്മ ബന്ധമായി ഇന്നും അതു തുടർന്ന് കൊണ്ടിരിക്കുന്നു...

അച്ഛന്റെ ഒരു പ്രത്യേകത എനിക്ക് തോന്നിയിടട്ടുള്ളത്, ആത്മധൈര്യം, മറ്റുള്ളവരെ സഹായിക്കാനുള്ള ഒരു മനസ്സ്, ആരെങ്കിക്കും എന്തെങ്കിലും ഒരു തെറ്റ് ചെയ്യുകയാ നെങ്കിൽ അത് അവരുടെമുഖത്തു നോക്കി പറയാനുള്ള ഒരു തന്റേടം, അത്പോലെ തന്നെ അച്ഛന്റെ ഭാഗത്തു എന്തെങ്കിലും തെറ്റ് പറ്റിയിട്ടുണ്ടെങ്കിൽ അത് തുറന്ന് പറയാനുള്ള ഒരു ആർജവം, ചെയ്യുന്ന ജോലിയിൽ ഉള്ള ഒരു സമർപ്പണ മനോഭാവം, അത്

ഏത് ജോലിയുമായിക്കോളട്ടെ, എല്ലാ ജോലിക്കും അതിന്റേതായ ഒരു മൂല്യം ഉണ്ടെന്ന് പറഞ്ഞു തന്നെ അച്ഛൻ, മറ്റൊരാളെയും ബോധ്യപെടുത്താൻ വേണ്ടി ഒന്നും ചെയ്യേണ്ട ഇല്ലെന്ന് കാണിച്ചു തന്ന അച്ഛൻ. മനസ്സിൽ ഒന്ന് വെച്ച് പുറമെ സംസാരിക്കാൻ അച്ഛന് അറിയില്ലാരുന്നു, എല്ലാം വെട്ടി തുറന്ന് പറയുന്ന അച്ഛന്റെ ആ സ്വഭാവത്തെ, ഞാൻ ഏറെ ഇഷ്ടപ്പെട്ടിരുന്നു.

മറ്റൊരാളുടെ പ്രീതി സമ്പാദിക്കാൻ വേണ്ടി അച്ഛൻ അവരെ ന്യായീകരിക്കാർ ഇല്ലായിരുന്നു. അത്പോലെ വിശന്നു വലഞ്ഞു വരുന്നവർക്ക് നമ്മൾ കഴിച്ചില്ലെങ്കിൽ കൂടി ആഹാരം നൽകണം, വിശപ്പിനെക്കാൽ വലിയ ഒരു ദാരിദ്ര്യം ഇല്ല, അത്പോലെ നമ്മൾ അനുഭവിക്കുന്നെ ദുഃഖങ്ങൾ അത് ഒരിക്കലും മറ്റൊരാളോട് പറയണ്ടേ കാര്യം ഇല്ല, അത് നമ്മൾ തന്നെ അനുഭവിക്കേണ്ടതാണ്. എന്നും ദുഖത്തിലും ഒരു സുഖം കണ്ടെത്താൻ കഴിഞ്ഞാൽ അതാണ് നമ്മുടെ ജീവിതവിജയം. ഇതെല്ലാം എന്റെ അച്ഛന്റെ ജീവിതത്തിൽ നിന്നും കണ്ടു പഠിച്ച കാര്യങ്ങളാണ്. അച്ഛൻ എപ്പോഴും പറയാറുണ്ടായിരുന്നു, ജീവിതം എന്ന് പറയുന്നത്, ദുഃഖങ്ങൾ ആണ് അതിൽ കൂടുതൽ ഉള്ളത്, സുഖങ്ങൾ വല്ലപ്പോഴും വരുന്ന വിരുന്നകാരാണ് എന്ന് മറ്റും. ഒരുപാട് ദുഖങ്ങളിൽ കൂടി കടന്നുപോകുമ്പോൾ അതിനെ നന്നായി അതിജീവിക്കുമ്പോൾ നമ്മുടെ മനസിന്ന് കിട്ടുന്നെ ഒരു ആത്മബലമുണ്ട് അതാണ് നമ്മളെ

ഏറ്റവും ശക്തിയുള്ളവർ ആകുന്നതെന്ന്. ഇന്ന് അച്ഛന്റെ ആ വാക്കുകൾക്ക് എത്രെ മാത്രം പ്രസക്തിയാണ് എന്റെ ജീവിതത്തിൽ ഉണ്ടായതെന്ന് ആലോചിക്കുമ്പോൾ എന്റെ അച്ഛന്റെ കാല്പാദങ്ങളിൽ ഞാൻ നമസ്കരിക്കുന്നു. അച്ഛന്റെ മരണശേഷം ഞാൻ ഒരുപാട് ദുഃഖങ്ങളിൽ കൂടി കടന്നു പോയിരുന്നു, എന്നിരുന്നാലും ഒരു വിഷമവും എന്നെ കൂടുതൽ തളർത്തിയിരുന്നില്ല എന്നതാണ് സത്യം. എന്തെങ്കിലും വിഷമം ഉണ്ടാവുമ്പോൾ എന്റെ തോളത്തു തട്ടി, എന്റെ മോൾക് ഞാൻ ഇല്ലേ.... എന്ന് എന്റെ അച്ഛന്റെ ആ ഒരു തലോടൽ ഞാൻ ഇപ്പോളും അനുഭവിക്കുന്നുണ്ട്. അത് അങ്ങനെ തന്നെ എന്റെ ശ്വാസം നിലക്കുന്നത് വരെയും എന്റെ അച്ഛൻ എന്നോട് ഒപ്പം തന്നെ ഉണ്ടാകും, അത് എനിക്ക് ഉത്തമ്മ ബോധ്യമുള്ള കാര്യമാണ്. എല്ലാം ഗുരുവായൂരപ്പന്റെ അനുഗ്രഹം മാത്രം. ഞാൻ വിഷമിക്കുന്ന സമയങ്ങളിൽ എല്ലാം തന്നെ നല്ലവരായ ഒരുപാട് മനുഷ്യരുടെ രൂപത്തിൽ അവിടുന്ന് എന്നെ സഹായിക്കാൻ ഉണ്ടാകും. പണ്ടൊക്കെ ഞാൻ ആലോചിച്ചട്ടുണ്ട്, അച്ഛൻ ഇല്ലാതെ ആ വീട് എങ്ങനെ മുന്നോട്ട് പോകും എന്നൊക്കെ.... എന്നാൽ ഇന്ന് എന്റെ അച്ഛന്റെയും ഈശ്വരന്റെയും അനുഗ്രത്താൽ ആ വീട്ടിലെയും എന്റെ വീട്ടിലെയും അച്ഛൻ ഉണ്ടായിരുന്നപ്പോൾ എങ്ങനെ ആണോ നന്നായി കൊണ്ടുപോയൊരുന്നത്, അത് പോലെ ഒരു പ്രയാസവും എന്റെ മനസിനെ ബാധികാതെ എല്ലാം നന്നായി ചെയ്യാൻ എനിക്ക് സാധിക്കുന്നുണ്ട്.

പെൻഷൻ ആയി കഴിഞ്ഞ് അച്ഛൻ ഒന്ന് വിശ്രമിക്കുന്നെ ഞാൻ ഒന്ന് കണ്ടിട്ടകൂടി ഇല്ല. ഉച്ചയ്ക്ക് റേഡിയോ ഇൽ ചലച്ചിത്ര ഗാനം കേൾക്കാൻ വേണ്ടി മാത്രമാണ് അച്ഛൻ ഒന്ന് കിടന്ന് കണ്ടിട്ട് ഉള്ളത്. അത് പ്രിയ സുഹൃത്ത് രാമൻകുട്ടി സാർ ന്റെ പാട്ടുകൾ അച്ഛൻ ഏറെ ഇഷ്ടമായിരുന്നു. പിന്നെ അച്ഛന്റെ പ്രാധാന വിനോദം പറമ്പിലുള്ള ജോലികളിലായിരുന്നു. ഒരു നല്ല കർഷകൻ കൂടി ആയിരുന്നു എന്റെ അച്ഛൻ.

2001 ഇൽ അച്ഛൻ bypass surgery കഴിഞ്ഞതാണ്. Surgery കഴിഞ്ഞ് ഏകദേശം മൂന്ന് മാസം മാത്രമാണ് അച്ഛൻ വിശ്രമിച്ചത്. അച്ഛന്റെ കൂടെ surgery കഴിഞ്ഞവർ പേടിച് ഇരുന്നപ്പോൾ, അച്ഛൻ തൂമ്പയും, കൂന്താലിയുമായി പറമ്പിലേക്ക് ഇറങ്ങി നേരത്തെ ചെയ്തതിനേക്കാൾ കൂടുതൽ പണികൾ ചെയ്യാൻ തുടങ്ങിരുന്നു. അതൊക്കെ അച്ഛന്റെ മനസിന്റെ അപാരം ധൈര്യമായിരുന്നു.

സത്യത്തിൽ അച്ഛനൊരു സാഹസികതയുടെ പര്യായം ആയിരുന്നു എന്ന് എനിക്ക് തോന്നിയിട്ടുണ്ട്. ഒരു ജോലിയും ചെയ്യാനില്ലെങ്കിൽ റബ്ബർ മരം ഒടിഞ്ഞവീഴുമ്പോൾ അത് കോടാലി വെച്ച് കീറി, ഉണക്കി, വിറക് ആക്കി, വീടിന്റെ ടെറസിൽ വെക്കുന്നെ കാഴ്ച, ഇന്ന് അതൊക്കെ കാണുമ്പോൾ എന്റെ കണ്ണ് നിറഞ്ഞ ഒഴുകും. അത്പോലെ ഒരു പ്രാവിശ്യം വിറക് കീറിയപ്പോൾ, അത് തെറിച്ചു പിരിയത്തുകൊണ്ട് മുറിഞ്ഞു രക്തം ഒരുപാട്

ഒഴുകി വന്നിരുന്നു. പെട്ടെന്നു വീടിന്റെ അടുത്തുള്ള ഒരു ക്ലിനിക്കിൽ ചെന്ന്, ഡോക്ടർ നോട് പറഞ്ഞു ഇതൊന്നു പെട്ടെന്ന് സ്റ്റിച്ച് ഇട്ട് തരണം. എന്ന്. ഡോക്ടർ പിന്നീട് എന്നോട് പറഞ്ഞു, "സാറിന്റെ മനസിന്റെ ധൈര്യം അപാരം തന്നെ. സ്റ്റിച്ച് ഇട്ട് ഒരു മൂന്ന് ദിവസം വിശ്രമിച്ചു, അത് കഴിഞ്ഞ് ബാക്കി ഉള്ള വിറക്കെല്ലാം കീറി എടുത്തിരുന്നു.

എന്റെ മക്കൾ എപ്പോളും പറയുമായിരുന്നു , അപ്പൂപ്പൻ ഒരു അത്ഭുത മനുഷ്യൻ ആണെന്ന്. അതെ. എന്റെ അച്ഛൻ എനിക്ക് എന്നും ഒരു അത്ഭുതം തന്നെ ആയിരുന്നു. ഏത് ജോലി ചെയ്യുന്നതിലും അച്ഛൻ ഒരു ബുദ്ധിമുട്ടും ഇല്ലായിരുന്നു. ചിലപ്പോൾ അച്ഛനെ കാണാൻ ആരേലും വീട്ടിൽ വരുമ്പോൾ, അച്ഛൻ അവിടെ നിന്ന് കിളക്കുകയോ, വിറക് കീറുകയോ, എന്തെകിലും ആയിരിക്കും. അപ്പോൾ വന്നവർക് അച്ഛനെ കണ്ടിട്ട് മനസിലാവുന്നില്ല, കാരണം വിയർത്തു കുളിച് തലയിൽ ഒരു തോർത്തും കെട്ടി ആണ് ജോലി ചെയ്യുന്നത്. അങ്ങനെ ഒരു ദിവസം രസകരമായ ഒരു സംഭവം നടന്നു.

അച്ഛൻ നേരത്തെ പഠിപ്പിച്ചിരുന്ന കുറച്ചു പേർ കാറിൽ വന്നു ഇറങ്ങി, അച്ഛനോട് ചോദിച്ചു, "ഗോപി സാറിന്റെ വീട് അല്ലെ ഇത്? സാർ ഇവിടെ ഇല്ലേ?" എന്നും മറ്റും. പെട്ടെന്ന് അച്ഛൻ പറഞ്ഞു, "ഞാൻ ഇപ്പോൾ വിളിച്ചോണ്ട് വരാം. എന്ന് പറഞ്ഞു വീടിന്റെ പുറകു വശത്തുടെ അകത്തു കയറി പെട്ടെന്ന് ഫ്രഷ് ആയി ഷർട്ടും മുണ്ടും ധരിച്ചു,

കതക് തുറന്ന്, വന്നവരെ വീടിന്ന് അകത്തേക്ക് ക്ഷണിച്ചു. വന്നവർക്കും അവിടെ എന്താണ് നടന്നതെന്ന് മനസിലായില്ല. അവർ അച്ഛനോട് ചോദിച്ചു 'സാറേ, ഇന്നത്തെ കാലത്ത് നല്ലൊരു ജോലി കാരനെ കിട്ടാൻ എന്ത് പ്രയാസമാണെന്ന് മറ്റും, അപ്പോൾ അച്ഛൻ പറഞ്ഞു, "ഇയാൾക്കു ആഹാരം മാത്രം കൊടുത്താൽ മതി, പൈസ ഒന്നും വാങ്ങാറില്ല. എന്നും പറഞ്ഞു ഒന്ന് ഉറക്കെ ചിരിച്ചു. അവർക്ക് ഒന്നും മനസിലായില്ല. അപ്പോൾ അച്ഛൻ പറഞ്ഞത്രേ, "എടൊ പിള്ളേരെ, ഞാൻ തന്നെ ആണ് ഇവിടത്തെ ജോലികൾ എല്ലാം ചെയ്യുന്നത്. അവർക്ക് ഇത് കേട്ട് ഭയങ്കര അത്ഭുതം ആയിരുന്നു. ഇതെല്ലാം എന്റെ മനസിലുള്ള അച്ഛനെ കുറിച് ഉള്ള കണ്ണ് നനയിക്കുന്ന ഓർമ്മകൾ ആണ്.

എനിക്ക് ഇടക്ക് മൈഗ്രേയിന്റെ ന്റെ പ്രശ്നം വരാറുണ്ട് അത് വന്നാൽ പിന്നെ രണ്ട് മൂന്ന് ദിവസം കിടപ്പ് ആണ്, ആ സമയങ്ങളിൽ ഞാൻ പോലും അറിയാതെ, അച്ഛൻ വെളുപ്പിനെ വന്നു, എന്റെ വീടിന്റെ മുറ്റം എല്ലാം തൂത്തു വൃത്തിയാക്കിടുമായിരുന്നു. എനിക്ക് ഇത് കാണുമ്പോൾഭയങ്കര സങ്കടമായിരുന്നു. ഞാനൊന്ന് വിഷമിക്കുന്നത്, എന്റെ മുഖം ഒന്ന് വാടുന്നത് ഒന്നും അച്ഛൻ സഹിക്കാൻ കഴിഞ്ഞിരുന്നില്ല.

എന്റെ വിവാഹത്തിന്റെ സമയം ആയപ്പാൾത്തേക്കും ഓരോ ആലോചനകൾ വരുമ്പോളും , അച്ഛൻ പറയുന്നത് കേട്ടിട്ടുണ്ട്,

"അവളെ ദൂരേക്കൊന്നും പറഞ്ഞു വിടാൻ കഴിയില്ല, പെട്ടെന്ന് ഒന്ന് കാണണം എന്ന് തോന്നിയാൽ, എനിക്ക് ചെന്ന് എത്താൻ കഴിയുനടുത്ത് മാത്രമേ ഞാൻ അയക്കുകയുള്ളൂ. എന്ന്. അന്നൊക്കെ അച്ഛനെ വിട്ട് പിരിഞ്ഞു ജീവിക്കുക എന്നത് എനിക്കും തീരാത്ത വേദന ആയിരുന്നു.

അച്ഛന്റെ സ്കൂളിലെ തന്നെ ഒരു അധ്യാപകനാണ് ചേട്ടന്റെ ആലോചന കൊണ്ടുവന്നത്. ഈ ബന്ധത്തെ കുറിച്ച് അച്ഛൻ പടനിലത്തെ സ്കൂളിലെ അധ്യാപികയായെ ഭവാനി'അമ്മ സാറിനോട് തിരക്കിയപ്പോൾ കിട്ടിയേ മറുപടി, "ഗോവിന്ദൻ നായരു സാറിന്റെ മകൻ ആണെങ്കിലൽ പിന്നെ മറ്റൊന്നും ആലോചിക്കണ്ട ഗോപി സാറേ' എന്നായിരുന്നു. ചുനക്കര എല്ലാവർക്കും പ്രിയങ്കരനായ ഒരു അധ്യാപകനായിരുന്നു ചേട്ടന്റെ അച്ഛൻ. എന്റെ അച്ഛൻ എനിക്ക് നൽകിയ ഏറ്റവും വിലപ്പെട്ട സമ്മാനമാണ്, എന്റെ ഭർത്താവ്.

ഏറ്റവും നല്ല മനസുള്ള ഒരു അമ്മയും, ഒരുപാട് സ്നേഹമുള്ള സഹോദരങ്ങളും....

അവിടുത്തെ അമ്മയെ കുറിച്ച് പറയുകയാണെങ്കിൽ മനസ്സിൽ ഒരു പാട് നന്മകൾ ഉള്ള, എല്ലാ പ്രവർത്തികളിലും സന്തോഷം കണ്ടെത്തുന്ന, പുരോഗമനമായി ചിന്തിക്കുന്ന എന്റെ അച്ഛന്റെ അതേ സ്വഭാവം ഉള്ള നല്ല ഒരു അമ്മ. എത്രെ വർണിച്ചാലും മതിവരുകയില്ല അമ്മയുടെ ആ സ്വഭാവസവിശേഷത. അച്ഛൻ

എന്നോട് എപ്പോളും പറയുമായിരുന്നു മോൾ കാരണം ആ അമ്മയ്ക്ക് ഒരു വിഷമവും ഉണ്ടാകരുത് എന്ന്. ഇന്ന് എന്റെ അമ്മയുടെ ഈ നിസ്സഹായ അവസ്ഥയിൽ എന്നോട് എപ്പോഴും ആശ്വാസവാക്കുകൾ പറഞ്ഞ് എന്റെ മനസിന്ന് ആ അമ്മ തരുന്ന ഒരു ധൈര്യവും, ആത്മബലവും ഒന്നും ചെറുത് അല്ല. ഇപ്പോൾ അമ്മയ്ക്ക് 90 വയസ്സ് ആയി എന്നിരുന്നാലും പ്രായത്തിന്റെ അവശതകൾ ഒന്നും തന്നെ ഇല്ലാതെ ആരോഗ്യത്തോടെ ഇരിക്കുന്നത് കാണുമ്പോൾ ഈശ്വരന് നന്ദി പറയുന്നു.

അങ്ങനെ കാലങ്ങൾ കുറെ കഴിഞ്ഞു പോയപ്പത്തേക്കും, 2008 ഇൽ, അമ്മക്ക് ആദ്യമായി stroke വന്നു. പെട്ടെന്ന് ഓർമ ഇല്ലാതെ ആയി, ശരീരം അനങ്ങാതെ, വല്ലാതെ വേദനിപ്പിക്കുനെ ഒരു അവസ്ഥ അപ്പോഴും എന്റെ അടുത്ത നല്ല ധൈര്യം കാണിച്ചേ അച്ഛൻ അമ്മയും കൊണ്ട് pushpagiri ആശുപത്രിയിൽ പോയിരുന്നു.

അന്ന് എനിക്ക് കുഞ്ഞുങ്ങൾ സ്കൂളിൽ പടികുന്നെ കാലം, അവരെ ഇട്ടിട്ട് എനിക്ക് ഒന്നും ചെയ്യാൻ ആവാതെ അവസ്ഥ, ഒരു മാസം എന്റെ അച്ഛൻ അമ്മയോട് അപ്പം ആശുപത്രിയിൽ തന്നെ ആയിരുന്നു. അമ്മേടെ എല്ലാ പ്രാഥമിക കാര്യങ്ങളും അച്ഛൻ തന്നെ ആയിരുന്നു നോക്കിയിരുന്നേ.

അന്നൊക്കെ ഒരാളെ നോക്കാൻ കിട്ടുക എന്ന് പറയുന്നത് ബുദ്ധിമുട്ട് ഉള്ള കാര്യം ആയിരുന്നു. അപ്പോളും അച്ഛനോട് എന്നോട് പറയു

വായിരുന്നു, "നിങ്ങളുടെ അമ്മയെ നോക്കാൻ എനിക്ക് ഒരാൾടേം ആവിശ്യം ഇല്ല. എനിക്ക് നല്ല ആരോഗ്യം ഉണ്ട്, മോൾ ഒന്നും കൊണ്ട് വിഷമിക്കണ്ട. നീ വീട്ടിലെ കാര്യങ്ങൾ മാത്രം നോക്കിയ മതി, അച്ഛൻ ഇതെല്ലാം സന്തോഷത്തോട് ആണ് മോൾടെ അമ്മേക്ക് വേണ്ടി എന്ന് മറ്റും. അന്നൊക്കെ അമ്മയെ കാണാൻ ആശുപത്രിയിൽ ചെല്ലുമ്പോൾ ഡോക്ടർമാരും നഴ്സമാരും പറയുവായിരുന്നു നിങ്ങൾക് ഇത്പോലെ ഒരു അച്ഛനെ കിട്ടിയത് മഹാഭാഗ്യം ആണെന്ന്. അതെ.... എത്രെ സത്യമായ വാക്കുകൾ.

പിന്നീട് ആശുപത്രയിൽ നിന്നും വന്നു കുറെ വർഷങ്ങൾ അമ്മയ്ക്ക് ഒരു കുഴപ്പവും ഇല്ലായിരുന്നു. അതുപോലെ ശ്രദ്ധിച്ചായിരുന്നു, അച്ഛൻ അമ്മയോടുള്ള പരിചരണങ്ങൾ. അങ്ങനെ സന്തോഷകരമായി കുറെ വർഷങ്ങൾ കടന്ന് പോയി.....

വിധിയുടെ വിളയാട്ടം വീണ്ടും തുടർന്നു. 2018 ഡിസംബർ മാസത്തിൽ അമ്മ വീണ്ടും അങ്ങ് വീണു, കൈ ഒടിഞ്ഞു, പ്ലാസ്റ്റർ ഇട്ടു, അച്ഛനും ഞങ്ങൾക്കും വീണ്ടും വിഷമം ആയി. ഞങ്ങൾ വിഷമിക്കും എന്ന് കരുതി അച്ഛന്റെ വിഷമങ്ങൾ ഒന്നും തന്നെ പുറത്ത് കാണിക്കില്ലായിരുന്നു. എന്നാലും എന്റെ അച്ഛന്റെ മനസിന്റെ വേദന എനിക്ക് ഊഹിക്കാവുന്നതിലും അപ്പുറം ആയിരുന്നു. 2 ആഴ്ച കഴിഞ്ഞപ്പോൾ ഒരു രാത്രിയിൽ പ്ലാസ്റ്റർ ഇട്ട കയ്യ് കൊണ്ട്

എഴുന്നേറ്റപ്പോൾ , അലമാരയിൽ തല ഇടിച്ചു, വീണ്ടും ഒന്ന് വീണു. അന്ന് രാത്രി തന്നെ, തിരുവല്ല Believers ഹോസ്പ്പിറ്റൽ ഇൽ കൊണ്ടുപ്പോയി, പിറ്റേ ദിവസം ബ്രെയിൻ ന്റെ surgery കഴിഞ്ഞിരുന്നു. ആ സമയത്തിൽ ഞാൻ മാത്രം ആയിരുന്നു ഉണ്ടായിരുന്നത്.

ഇവിടെ മോളും കുഞ്ഞും തനിച് ആയത് കാരണം, ചേട്ടൻ ഇങ്ങോട്ട് പൊന്നിരുന്നു. Surgery കഴ്ഞ്ഞപ്പോളേക്കും വീണ്ടും അമ്മയുടെ ഓർമ്മക്ക് പ്രശ്നമായി. തീയേറ്റർ ന്റെ അകത്തു അച്ഛന്റെ കാര്യങ്ങൾ മാത്രം പറഞ്ഞു കരയുന്നെ അമ്മയെ എന്ത് പറഞ്ഞു ആശ്വസിപ്പിക്കണം എന്ന് എനിക്ക് അറിയില്ലാരുന്നു. രാത്രിയിൽ അവിടെ ഒരാളിൽ കൂടുതൽ അനുവദിക്കില്ല, എന്തായാലും അപ്പോഴും അവിടെ എല്ലാം ഈശ്വരന്റെ കാരുണ്യം ഞാൻ അനുഭവിച്ചിരുന്നു. ഓരോ കാര്യത്തിലും ആരെങ്കിലും ഒക്കെ സഹായിക്കാൻ ഉണ്ടായിരുന്നു. രാത്രിയിൽ അമ്മയ്ക്ക് ഉറക്കമേ ഇല്ലായിരുന്നു. ആശുപത്രിയിലെ ഒരു പേടിപ്പിക്കുന്നെ അന്തരീക്ഷം, ഇതൊന്നും ഞാൻ അച്ഛനെ അറിയിച്ചിരുന്നില്ല. ഇതൊക്കെ അറിഞ്ഞാൽ..... ഞാൻ ഇത്രേം വിഷമം അനുഭവിക്കുന്നു എന്ന് അച്ഛൻ അറിഞ്ഞാൽ ആ മനസിന്റെ വേദന എനിക്ക് ഊഹികാവുന്നതേ ഉള്ളു. എല്ലാം ഈശ്വരനിൽ സമർപ്പിച്ച 18 ദിവസം അവിടെ കഴിഞ്ഞിരുന്നു. Discharge ആയി ഇവിടെ വന്നേ പിറ്റേദിവസം പിന്നേം ബോധം ഇല്ലാതെ ആയി കണ്ണ് തുറക്കുന്നില്ല, സംസാരം ഇല്ല, അനങ്ങാൻ പോലും കഴിയാതെ അവസ്ഥ. കണ്ണിൽ

നിന്നും കണ്ണ് നീര് വരുന്നത് അല്ലാതെ വേറെ ഒരു പ്രതികരണം ഇല്ലായിരുന്നു, അപ്പോളും എന്റെ തോളത്തു തട്ടി സാരം ഇല്ല മോളെ, എല്ലാം ശെരി ആവും, നിങ്ങൾക് ഞാൻ ഇല്ലേ...... എന്ന് എന്റെ അച്ഛന്റെ ആ വാക്കുകൾക് ഇതുവരെ ഇല്ലാതെ ഒരു സമാധാനം എന്റെ മനസിനെ വല്ലാതെ ഒരു ഊർജം തന്നിരുന്നു. പിന്നെ പെട്ടെന്നു തന്നെ ആംബുലൻസ് വിളിച്ചു, പരുമല ആശുപത്രിയിൽ കൊണ്ടുപോയി. അവിടെ ഒരു മാസം കിടന്നിരുന്നു. അവിടെയും ഞാനൊറ്റക്ക് തന്നെ ആയിരുന്നു. അപ്പോളും അടുത്ത മുറിയിൽ ഉള്ളവർക്കും, ഡോക്ടർമാർക്കും, നഴ്സമാർക്കും എന്തോ എന്നോട് ഒരു വല്ലാത്ത സ്നേഹം ആയിരുന്നു. ഞാൻ ഒറ്റക് ആയതിനാൽ ആയിരിക്കണം. അവിടേം എനിക്ക് കൂട്ടായി ഈശ്വരൻ ഉണ്ടായിരുന്നു. തനിച് ആയി എന്ന് ഒരു തോന്നൽ ഉണ്ടായേ ഇല്ല. അച്ഛൻ അമ്മെക്ക് വേണ്ടി അനുഭവിച്ചേ ത്യാഗങ്ങൾ ഓർത്തപ്പോൾ, എനിക്ക് ഇത് ഒരു പ്രശ്നം അല്ലായിരുന്നു. അവിടെ നിന്ന് ഒരു മാസം കഴിഞ്ഞപ്പോൾ വീട്ടിൽ വന്നു, അല്പം ആശ്വാസം കിട്ടി, സംസാരിക്കാൻ തൊടങ്ങി, പിടിച്ചു ഒന്ന് നടത്താൻ കഴിഞ്ഞ്, അങ്ങനെ ആഹാരം വാരി കൊടുത്താൽ കഴിക്കാൻ തൊടങ്ങി, അത് ഒക്കെ കണ്ടപ്പോൾ അച്ഛനും എനിക്കും വലിയെ സന്തോഷം ആയി. അങ്ങനെ ഒരു മാസം കഴിഞ്ഞപ്പോൾ അമ്മ തനിയെ എന്നിട്ട് ഒന്ന് നടന്നു, വീണ്ടും, ഉമ്മറപ്പടിയിൽ മുഖം ഇടിച്ചു വീണു. മുഖം എല്ലാം ചോരയിൽ കുളിച്..... ആ രൂപം ഓർക്കാൻ പോലും കഴിയുന്നില്ല. പെട്ടെന്ന്

പുഷ്പഗിരി ആശുപത്രിയിൽ കൊണ്ടുപോയി. അവിടെ ഒരു മാസം കഴിച്ചു കൂടി. അപ്പളത്തേക്കും ഓർമ്മ വീണ്ടും പോയ്യിരുന്നു. വല്ലാത്ത് ഒരു ദയനീയ അവസ്ഥ. അപ്പോളും ഞാൻ ഒറ്റക്ക് തന്നെ ആയിരുന്നു, ഇവിടത്തെ ഡോക്ടർമാർ പറഞ്ഞു, surgery സംഭവിച്ചേ കുഴപ്പം ആണ്, ഇതിനെല്ലാം കാരണം എന്ന് മറ്റും. ഇനീം ഇത് ശെരി ആവുന്ന ലക്ഷണം ഇല്ല എന്നും, ഇത് കേട്ടതും ഞാൻ ആകെ തളർന്നു പോയി. ഈ കാര്യങ്ങൾ ഒന്നും തന്നെ ഞാൻ അച്ഛനെ അറിയിച്ചിരുന്നില്ല. അച്ഛൻ വിളിച്ചു ചോദിക്കുമ്പോൾ ഒക്കെ അമ്മയ്ക്ക് നല്ല സുഖമായി വരുന്നുണ്ട്, എനിക്ക് ഒരു പ്രയാസവും ഇല്ല എന്നൊക്കെ ഞാൻ അച്ഛനോട് പറയാറ് ഉണ്ടായിരുന്നു.

അവുടെയും ഈശ്വരന്റെ ഒരു കരസ്പർശം അവിടെ എനിക്ക് അനുഭവപ്പെട്ടു.

അങ്ങനെ അവിടുത്തെ ഒരു മാസത്തെ ചികിത്സക്കു ശേഷം തിരിച്ചു വീട്ടിലെത്തി. എങ്കിലും അമ്മയുടെ ഓർമ്മയുടെ കാര്യത്തിൽ പറയത്തക്ക പുരോഗതി ഒന്നും തന്നെ ഉണ്ടായില്ല. ആ നാളുകളിൽ ഒക്കെ ആണ് എനിക്ക് ഒരു ജോലി ഇല്ലാതെ പോയതിൽ ഈശ്വരന് ഞാൻ നന്ദി പറഞ്ഞന്ത്, കാരണം ഒരു ജോലി ഉണ്ടായിരുന്നെങ്കിൽ ഓർമ്മ നഷ്ടപെട്ട എന്റെ അമ്മയെ ഒരു ഹോം നേഴ്സ് നെ ഏല്പിച്ചാലുള്ള ഒരു അവസ്ഥ ഓർക്കാവുന്നതിലും അപ്പുറം ആയിരുന്നു. അത് അച്ഛനും എന്നോട് പറഞ്ഞിരുന്നു. എന്റെ മോൾടെ ഭാഗ്യമാണ്

ജോലി ഇല്ലാതെ പോയത്, അല്ലെങ്കിൽ നിന്റെ അമ്മയെ ഇത്രേം നന്നായി നോക്കാൻ കഴിയുമായിരുന്നോ എന്ന്. ഏത് കർമം ചെയ്യുമ്പോളും അത് സന്തോഷത്തോടും, മനസ്സിന് ഒരു സമാധാനത്തോടും ചെയ്യാൻ കഴിയുമ്പോൾ ആണ് അതിനു ഒരു പൂർണത കൈവരിക്കാൻ കഴിയുക എന്ന് അച്ഛൻ എപ്പോളും പറയാറുള്ളത് ആയിരുന്നു. സത്യത്തിൽ ഒരു ജോലി കിട്ടാത്തതിന്റെ ഒരു വിഷമവും ഞാൻ അറിഞ്ഞിട്ടില്ല. ജോലിയുള്ള ഒരാൾക്കു ചെയ്യാൻ പറ്റുന്നെ, എല്ലാം സാമ്പത്തികഭദ്രതയും അച്ഛൻ ചെയ്ത് തന്നിരുന്നു. എനിക്ക് അങ്ങനേ വലിയ ആഗ്രഹങ്ങളോ, പ്രതിക്ഷകളോഒന്നും തന്നെ ഇല്ലായിരുന്നു. ഉണ്ടായിരുന്നത് ഒന്നു മാത്രം ആയിരുന്നു, എന്റെ അച്ഛനെയും അമ്മയെയും പ്രായമാകുമ്പോൾ നന്നായി പരിചരിക്കാൻ കഴിയണേ എന്ന് മാത്രം, കാരണം എന്റെ കുട്ടികാലത്, എല്ലാം സൗഭാഗ്യങ്ങളും, സന്തോഷങ്ങളും, കരുതലുകളും, ഒക്കെ ആവോളം നൽകി വളർത്തിയെ എന്റെ അച്ഛനും അമ്മയും തന്നെയാണ് എന്റെ ഏറ്റവും വലിയ സമ്പാദ്യങ്ങൾ. അവർ കഷ്ടപ്പെട്ടതിന്റെല്ലാം ഫലമാണ് ഞാൻ ഇന്ന് അനുഭവിക്കുന്നെ എല്ലാം സുഖങ്ങളും.....

ഈ ഒരു ജന്മം കൊണ്ട് അതിന്ന് പകരം വെയ്ക്കാൻ ആവില്ലെന്നും അറിയാം.

അതിന്റെ ഇടയിൽ അച്ഛൻ കണ്ണിന്നു തീരെ സ്സുഖമില്ലാതെ അവസ്ഥ വന്നിരുന്നു. ഒരു കണ്ണിനു

തീരെ കാഴ്ച കാണാതായപ്പോൾ ആണ് കാര്യം പറയുന്നത്. അമ്മയുടെ ഈ അവസ്ഥയിൽ അച്ഛൻ അതൊന്നും കാര്യമാക്കിരുന്നില്ല. എറണാകുളം girudhar ഇൽ പോയി പരിശോധിച്ചപ്പം glucoma ആണെന്ന് അറിയാൻ കഴിഞ്ഞു. അപ്പോഴേക്കും ഒരു കണ്ണിന്റെ കാഴ്ച പോയിരുന്നു. അപ്പോളും അച്ഛൻ പറയുന്നേ കേൾക്കാം 82 വയസ്സ് വരെ രണ്ട് കണ്ണും കണ്ടില്ലേ, ഇനീം ഇപ്പം ഒരു കണ്ണിന്റെ കാഴ്ച തന്നെ ധാരാളം എന്ന്.

അതൊന്നും അച്ഛന്റെ മനസിന്നെ അല്പം പോലും തളർത്തിയിരുന്നില്ല. പിന്നീട് ഞങ്ങളുടെ നിർബന്ധം സഹിക്കുവയ്യാതെ തിരുവല്ല ഒരു ഹോസ്പിറ്റലിൽ പോയി, ഒരു കണ്ണിന്നു ഇൻജെക്ഷൺ എടുത്തിരുന്നു. അങ്ങനെ നല്ല ഒരു ആശ്വാസം കിട്ടിയിരുന്നു.

അമ്മയ്ക്ക് ഓർമ ഇല്ലാത്തത് കാരണം അച്ഛൻ ആ മുറിയിൽ നിന്ന് മാറുകയെ ഇല്ലായിരുന്നു.

എനിക്ക് ഇടക്ക് മൈഗ്രൈനെ ന്റെ പ്റശ്നം രൂക്ഷമായിരുന്നു. പിനീട് ഏജൻസിയിൽ നിന്ന് ആളിനെ വിളിപ്പിച്ചിരുന്നു. ഏകദേശം 18 പേരോളം, 2½ വർഷം കൊണ്ട് വന്നും പോയും ഇരുന്നു. ആര് ജോലിക്കും നിന്നിരുനാലും രാത്രിയിൽ അമ്മേടെ മുറിയിൽ അച്ഛൻ ആരെയും കിടക്കാൻ അനുവദിച്ചിരുന്നില്ല. രാത്രിയിൽ അമ്മയ്ക്ക് ഒട്ടും ഉറക്കമേ ഇല്ലായിരുന്നു. അപ്പോഴൊക്കെ ഞാൻ വന്നു

കിടക്കാം എന്ന് പറഞ്ഞാലും അച്ഛൻ അതും സമ്മതിക്കില്ലായിരുന്നു.

അപ്പോളും ഞാൻ പറയാറുണ്ടായിരുന്നു, ഈ കണ്ണും വയ്യാതെ ഇങ്ങനെ അച്ഛൻ ഉറക്കം ഇളച്ചാൽ അച്ഛന്റെ അവസ്ഥ എന്തായി തീരുമെന്ന്. അപ്പോഴും തോളിൽ തട്ടി എന്നോട് പറയും, "എനിക്ക് ഒരു കുഴപ്പവും ഇല്ല മോളെ. തീരെ വയ്യാതാവുമ്പോൾ ഞാൻ പറയാം. അന്നേരം നീ വന്നു കിടന്നാൽ മതി" എന്നൊക്കെ. അപ്പോഴും എനിക്ക് അച്ഛന്റെ അവസ്ഥ ഓർത്ത് സങ്കടമായിരുന്നു. മൂന്ന് നാൾ ദിവസം ഞാൻ നിർബന്ധം പിടിച്ചു ഞാൻ അമ്മയുടെ അടുത്ത വന്നു കിടന്നു. അപ്പോഴും രാത്രി ആവുമ്പോൾ അച്ഛൻ ടോർച്ച് അടിച്ചു, ഞാൻ ഉറങ്ങുന്നുണ്ടോ എന്ന് നോക്കാൻ ഇടക്ക് ഇടക്ക് വരുമായിരുന്നു. അത് കാണുമ്പോൾ ഒന്നുകൂടി സങ്കടം ആയിരുന്നു എനിക്ക്. അപ്പോഴും ഞാൻ ഉറങ്ങുന്നുണ്ടോ എന്നായിരുന്നു എന്റെ അച്ഛന് പ്രധാനം. പിന്നീട് ഞാൻ വിചാരിച്ചു, ഞാൻ അവിടെ കിടന്നാൽ, അച്ഛൻ ഒട്ടും ഒറങ്ങാൻ കഴിയുക ഇല്ല എന്ന്, അല്ലെങ്കിൽ അമ്മ രാത്രിയോടെ അന്ത്യയാമങ്ങളിൽ എപ്പോഴെങ്കിലും ഒന്ന് മയങ്ങുമ്പോൾ അച്ഛൻ ഒന്ന് ഉറങ്ങാൻ കഴിയുമെല്ലോ എന്ന്.

ആര് ജോലിക്ക് നിന്നാലും അമ്മയക്ക് ആഹാരവും മരുന്നും എല്ലാം ഞാനും അച്ഛനുമായിരുന്നു കൊടുത്തിരുന്നത്. മറ്റൊരാളെ കൊണ്ട്

അതൊന്നും ചെയ്യപ്പിക്കുന്നത് അച്ഛൻ ഇഷ്ടമുള്ള ഒരു കാര്യം അല്ലായിരുന്നു.

അമ്മ സുഖമില്ലാതെ ആയതിൽ പിന്നെ, അച്ഛൻ ആഹാരകാര്യങ്ങളിൽ ഒന്നും തന്നെ ശ്രദ്ധ ഇല്ലാതെ ആയി, ഞാൻ പ്രതേകിച്ചു എന്തേലും ഉണ്ടാക്കി കൊടുത്താൽ പറയും, "നിങ്ങളുടെ അമ്മ ഇങ്ങനെ കെടേക്കുമ്പോൾ, എനിക്ക് ഇതിന്റെ ഒന്നും ആവിശ്യം ഇല്ല, അവൾ എനിക്ക് ഇഷ്ടമുള്ള എല്ലാം ഉണ്ടാക്കി തന്നിട്ടുണ്ട്, എനിക്ക് ഇനീം പ്രതേകിച്ചു ഒന്നിനും ആഗ്രഹമില്ല. എന്നൊക്കെ. ഞാൻ വെളുപ്പിന് എഴുനേറ്റ്, അച്ഛന്റെ അടുത്ത വന്നു, അമ്മയുടെ പ്രാഥമിക കാര്യങ്ങൾ എല്ലാം, ചെയ്ത് കൊടുത്തതിന്ന് ശേഷം ആണ്, എന്റെ വീട്ടിലെ കാര്യങ്ങൾ എല്ലാം ചെയ്തിരുന്നത്, കാരണം, അമ്മയ്ക്ക് എന്തേലും ആഹാരം കൊടുത്തതിനു ശേഷം മാത്രമേ അച്ഛൻ ആഹാരം കഴിക്കുമായിരുന്നുള്ളൂ

അമ്മയ്ക്ക് സുഖമില്ലാതെ കെടേക്കുമ്പോൾ ഒക്കെയും അച്ഛന്റെ സുഹൃത്തുക്കളും അച്ഛൻ പഠിപ്പിച്ചവരും, പരിചയകാരും, അങ്ങനെ എല്ലാവരും എപ്പഴും വന്നു പോയിക്കൊണ്ട് ഇരുന്നു, അപ്പോഴൊക്കെ അവരൊക്കെ അച്ഛനോട് പറയുന്ന കേൾക്കാം, "ഗോപി സാറിന്ന് വലിയ പ്രയാസം ആണല്ലേ?"

എന്ന്. അപ്പം അച്ഛൻ ചിരിച് കൊണ്ട് പറയുമായിരുന്നു, "എനിക്ക് ഒരു പ്രയാസവുമില്ല, ഇത്രേം ഒക്കെ അവൾക്കു വേണ്ടി നന്നായി ചെയ്യാൻ കഴിയുന്നത്, എന്റെ മനസിന് , ഒരു

ആശ്വാസം തന്നെ ആണെന്ന് അച്ഛൻ പറഞ്ഞിരുന്നെങ്കിൽ മാത്രമേ അമ്മ മരുന്നും ആഹാരവും മറ്റും കഴിക്കുമായിരുന്നുള്ളൂള്ളൂ.

അങ്ങിനെയിരിക്കെ ഒരു ദിവസം ഞാൻ ഒന്നു വീണു കാലിനു പൊട്ടൽ ഉണ്ടായി. പ്ലാസ്റ്റർ ഇടേണ്ടി വന്നു. അത് അച്ഛന് ഏറ്റവും വലിയ സങ്കടമായിരുന്നു. അങ്ങനെ ഞാൻ ഏകദേശം മൂന്ന് മാസം wheelchair ഇൽ ആയിരുന്നു, ആ ഇടക്ക് ഒരു ഏജൻസി ഇൽ നിന്നും ഒരു ഹോം നേഴ്സ്നേ വരുത്തിയിരുന്നു. അവർ അവിടെ ഒരു ഹിറ്റ്ലർ ഭരണം തന്നെ നടത്തിയിരുന്നു. എന്തെങ്കിലും പറഞ്ഞാൽ ഇട്ടിട്ട് പോയാൽ.... ഞാൻ ഈ അവസ്ഥയിൽ....

ആ സമയങ്ങളിൽ അച്ഛൻ ഒരുപാട് മാനസികമായി വിഷമിച്ചിരുന്നു. അവരുടെ നോട്ടത്തിന്റെ കൂടുതൽ കൊണ്ട് അമ്മയുടെ ശരീരത്തിൽ ഒക്കെ മുറിവുകൾ ഉണ്ടായി. അച്ഛന് കണ്ണിന്റെ പ്രശ്നം കൊണ്ട്, എല്ലാം ശെരിക്ക് കാണാനും കഴിഞ്ഞിരുന്നില്ല.

ഇടക്ക് എന്നെ കാണാൻ വന്നിട്ട് അച്ഛൻ പറയുമായിരുന്നു എന്റെ മോളുടെ അസുഖം എളുപ്പം മാറുയിട്ട്, നമ്മുക്ക് ജോലിയ്ക്ക് നിക്കുന്നവളെ അങ്ങ് പറഞ്ഞുവിടണം. ഇനീം നമ്മൾക്കു രണ്ടുപേർക്കും കൂടി മാത്രം അമ്മയെ നോക്കിയാൽ മതി. ജോലിക്ക് ആയി ആരെയും നിർത്തണ്ട എന്നും മറ്റും. അച്ഛന് അങ്ങനെ പറയണം എന്ന് ഉണ്ടെകിൽ ആ സമയങ്ങളിൽ

എന്റെ അച്ഛൻ എന്ത് മാത്രം വേദന അനുഭവിച്ചിരുന്നു എന്ന് ഓർക്കുമ്പോൾ ഇന്ന് എന്റെ ഹൃദയം തേങ്ങുകയാണ്.

ഞാൻ wheelchair ഇൽ ആയിരുന്ന സമയത്ത് എനിക്ക് എല്ലാ സഹായങ്ങളും ചെയ്ത് തന്നിരുന്നത് എന്റെ വീടിന്റെ അടുത്തുള്ള ഓമനമ്മായിരുന്നു. അവർ എനിക്ക് വേണ്ടി ചെയ്തു തന്നെ സഹായം ഒരിക്കലും മറക്കാൻ കഴിയുകയില്ല.

അത്പോലെ എടുത്ത് പറയത്തക്ക ആളാണ് ആശുപത്രി ജീവനക്കാരനായിരുന്ന ശ്രീ മധു, എന്റെ അമ്മയുടെ ദേഹത്തെല്ലാം ആദ്യകാലങ്ങളിൽ മുറിവുകൾ ഉണ്ടായിരുന്നു, അദ്ദേഹത്തിന്റെ ഒരു പരിചരണം കൊണ്ട് മാത്രമാണ്, ഇന്ന് അതെല്ലാം ഒരു നല്ല ഒരു ആശ്വാസത്തിൽ ആയത്. അദ്ദേഹത്തിന്റെ ആ ഒരു സേവനം ഒന്നും ഒരിക്കലും എനിക്ക് മറക്കാൻ കഴിയില്ല.

ഞാൻ വീട്ടിൽ ചെല്ലുമ്പോഴൊക്കെയും കിടക്കയിൽ, എന്റെ അമ്മയെ ചേർത്ത ഇരുത്തി പഴയ കഥകൾ പറഞ്ഞു കൊടുത്ത്, അമ്മയ്ക്ക് ഓർമിച്ചു എടുക്കാം കഴിയുമോ എന്ന് വിചാരിച്ചു, പണ്ടത്തെ ഓരോ കാര്യങ്ങൾ അച്ഛൻ അമ്മയ്ക്ക് വിവരിച്ചു കൊടുക്കുന്നത് ഒരു വേദനയോടാണ് ഞാൻ കണ്ടു നിന്നിരുന്നത്. ഓർമ്മകൾ മരവിച്ചു അമ്മയുടെ മുന്നിൽ ഞങ്ങളെ കാണിക്കാൻ അച്ഛൻ പുഞ്ചിരി വരുത്താൻ പാട് പെടുന്നത് എങ്ങനെ ഞാൻ വർണിക്കാൻ ആണ്?

രാത്രിയിൽ വൈകിയും അമ്മയുടെ ഉറക്കത്തിന്ന് കാവലിരുന്ന് വേദനകളിൽ ആശ്വാസം നിറച്ചും ആഹാരത്തിന്റെ അവസാന വറ്റിലും, സ്നേഹം പുരട്ടി വാരി കൊടുക്കുന്ന നെഞ്ചോടുചേർത്ത് ഇരുത്തി അമ്മയുടെ മുഖത്തു ഒരു ചിരി വരുത്താൻ പാട് പെടുന്നെ എന്റെ അച്ഛന്റെ ആ നിസ്സഹായ അവസ്ഥ എനിക്ക് എങ്ങനെ മറക്കാൻ കഴിയും....

അന്ന് ഒന്നും അച്ഛന്റെ കണ്ണുകൾ നിറയുന്നത് ഞാൻ കണ്ടിട്ട് ഇല്ല. എന്നാൽ കഴിഞ്ഞ ഓണത്തിന്റെ സമയത്ത് രണ്ട് ആഴ്ചയോളം അമ്മ ഒരു അനക്കമില്ലാതെ ഒരു ശ്വാസം മാത്രമായി കിടനിരുന്നു. ആ ഒരു അവസ്ഥ എനിക്ക് സഹിക്കാവുന്നതിലും അപ്പുറം ആയിരുന്നു, ഞാൻ അച്ഛനെ കാണാതെ കരയാൻ പാട് പെടുന്നത് കണ്ട് അച്ഛൻ എന്നോട് പറഞ്ഞു തന്നിരുന്ന വാക്കുകൾ ഇന്നും എന്റെ ഹൃദയത്തിൽ ഒരു വിങ്ങൽ ആയി നിക്കുന്നു

"മോളെ നീ എന്തിനാണ് സങ്കടപെടുന്നത്? മരണം എന്ന് പറയുന്നത്, നമുക് ആർക്കും തടുക്കാൻ കഴിയാത്ത ഒരു സത്യം ആണ്. ആര് മരിച്ചെന്നു അറിഞ്ഞാലും നമുക്ക് ആർക്കും കൂടെ പോകാൻ കഴിയില്ല. നമുക്ക് നിങ്ങളുടെ അമ്മയ്ക്കു വേണ്ടി ചെയ്യാൻ കഴിയുന്നതിന്റെ മാക്സിമം ചെയുന്നില്ലേ.

....

"അവൾ ഇങ്ങനെ കിടന്ന് കഷ്ടപ്പെടുന്നത് കാണുന്നത് അല്ലെ സങ്കടം

അതുകൊണ്ട് എന്റെ മോൾ കരയല്ലേ, നിന്റെ അമ്മയുടെ അടുത്ത ഇരുന്ന് ഇങ്ങനെ കരഞ്ഞാൽ അത് അവൾക് കൂടുതൽ വിഷമം ആണ്, നിങ്ങൾക് ഞാൻ ഇല്ലേ?...."

എന്ന് പറഞ്ഞു എന്നെ നെഞ്ചോട് ചേർത്ത ഇരുത്തി എന്റെ തലയിൽ തലോടി കൊണ്ട്, എന്റെ അച്ചൻ പറഞ്ഞ വാക്കുകൾ, ഈ ജന്മത്തിൽ എനിക്ക് മറക്കാൻ കഴിയുമോ? പിന്നെ അച്ചൻ എന്നോടു പറഞ്ഞിരുന്നു, ഈ തവണ നമുക്ക് ഓണം ഒന്നും വേണ്ട നിന്റെ അമ്മ സന്തോഷത്തോടും, ആരോഗ്യത്തോടും ഇരിക്കുമ്പോൾ അല്ലെ നമുക് ഓണം ഒക്കെ ഒള്ളു എന്ന്. എന്നിട്ട് അച്ഛൻ അമ്മയുടെ വിട്ടിലും, അച്ഛന്റെ സുഹൃത്തകളെയും, ബന്ധുക്കളെയും, എല്ലാവരെയും വിളിച്ചു പറഞ്ഞിരുന്നു സരോജനിക്ക് തീരെ സുഖമില്ല, ഒരു ശ്വാസം മാത്രമേ ഒള്ളു, എന്തും എപ്പോഴും സംഭവിക്കാം എന്ന് മറ്റും. പിന്നെ ദിവസം തിരുവോണത്തിന്റെ അന്ന് എനിക്ക് എന്തോ മനസ്സിൽ ഒരു വല്ലായ്മ്മ തോന്നിയിരുന്നു, അച്ഛൻ ഓണം ഒന്നും ഒരുക്കണ്ട എന്ന് പറഞ്ഞെങ്കിലും, രാത്രിയിൽ കിടന്നപ്പോൾ ഞാൻ ആലോയ്ച്ചു അടുത്ത ഓണത്തിന്ന് ആരൊക്കെ ഉണ്ടാവുമെന്ന് ആർക്ക് അറിയാം? രണ്ടും കല്പിച്ചു ഞാൻ വീട്ടിൽ ഇരുന്ന സാധനങ്ങൽ എല്ലാം കൊണ്ട് വെളുപ്പിനെ ചെറിയ ഒരു സദ്യ ഒരുക്കി, അച്ഛൻ അറിയാതെ വീട്ടിൽ കൊണ്ട് വെച്ച്. ഞാൻ വീട്ടിൽ ചെല്ലുമ്പോൾ അമ്മയുടെ മുറിയിൽ, അടുത്ത കട്ടിൽ ഇൽ അച്ഛൻ

കിടക്കുകയാണ്. അത് കണ്ടപ്പോൾ തന്നെ എനിക്ക് സങ്കടം വന്നു. എന്നിട്ട് ഞാൻ അച്ഛനെ വിളിച്ചു, ഞങ്ങൾ രണ്ട് പേരും കൂടി അമ്മയെ തുടച് വൃത്തിയാക്കി. അത് കഴിഞ്ഞ് അച്ഛൻ ഒന്നും മിണ്ടാതെ വീണ്ടും പോയി കിടന്നു, അപ്പൊ ഞാൻ അടുത്ത ചെന്ന് ചോദിച്ചു "അച്ഛൻ കുളിക്കുകയും shave ചെയ്യുകയും ഒന്നും ചെയ്യുന്നില്ലേ? "എഴുന്നേറ്റ് ആട്ടെ" എന്ന് പറഞ്ഞപ്പോൾ അത് വരെ എന്നെ കണ്ടിട്ട് ഇല്ലാതെ പോലെ ഒന്ന് നോക്കിയിട്ട് എന്നെ കെട്ടി പിടിച്ചു അച്ഛൻ ഒന്ന് ഉറക്കെ കരഞ്ഞു, എന്റെ ജീവിതത്തിൽ ആദ്യമായി ആണ് എന്റെ അച്ഛൻ കരയുന്നത് ഞാൻ കാണുന്നത്. അച്ഛന്റെ ആ ഒരു അവസ്ഥ എനിക്ക് സഹിക്കാവുന്നതിലും അപ്പുറം ആയിരുന്നു.

ഞാൻ ചോദിച്ചു "എന്ത് പറ്റി അച്ഛാ?"

അപ്പൊ പറയുകയാണ് " എനിക്ക് അറിയില്ല, മോളെ, നിന്റെ അമ്മയുടെ കണ്ണ് നീര് കാണാനുള്ള ശക്തി എനിക്ക് ഇല്ല" എന്ന് പറഞ്ഞു എന്റെ നെറുകിൽ ഉമ്മ വെച്ച അച്ഛൻ അങ്ങനെ തന്നെ നിന്നിരുന്നു.

എന്ത് ചെയ്യണം എന്ന് അറിയാതെ, ഞാൻ തളർന്നു പോയെ നിമിഷങ്ങൾ ആയിരുന്നു അത്. അച്ഛൻ അവസാനം എനിക്ക് നൽകിയ ഉമ്മായിരുന്നു അത് എന്ന് ഞാൻ അറിഞ്ഞില്ല......

പെട്ടെന്ന് ഒരു സ്ഥലകാലബോധം വന്നത് പോലെ എന്നെ മാറ്റിയിട്ട് പറഞ്ഞു "മോൾ കൊറച്ചു നേരം അമ്മയുടെ അടുത്ത പോയി ഇരിക്ക്, എന്ന്. ഞാൻ

ഭഗവാനെ മനസ്സിൽ വിചാരിച്ച് ഒരു ഗ്ലാസ് പൊടിയരികഞ്ഞി എടുത്ത് അമ്മയ്ക്ക് കുറേശെ പകർന്നു കൊടുത്തു. എന്തോ അതിശയം പോലെ അമ്മ അതെല്ലാം കുടിച്ചു, സന്തോഷത്തോടെ ഞാൻ അച്ഛന്റെ അടുത്ത ചെന്ന് കാര്യം പറഞ്ഞപ്പോൾ അച്ചൻ ഓടി വന്നു, അമ്മയുടെ കൈ പിടിച്ചു നെഞ്ചിൽ വെച്ച് കവിളിൽ കൂടി ഒഴുകിയെ കണ്ണീർ തുടടിച്ചിട്ട് അമ്മയുടെ നെറ്റിയിൽ ഒരു ഉമ്മ കൊടുത്തു. എനിക്ക് അത്ഭുതം ആയിരുന്നു.

ഇത്രേം നാൾ അച്ഛൻ ഈ ദുഃഖങ്ങൾ എല്ലാം എങ്ങനെ എന്നിൽ നിന്ന് മറച്ചു വെച്ചിരുന്നു എന്ന്. ഒരു കടലോളം സങ്കടം ഉള്ളിൽ ഒതുക്കി പുറമെ പുഞ്ചിരിച്ചു നടന്നിരുന്ന എന്റെ അച്ഛനെ ഓർക്കുമ്പോൾ എന്റെ മനസ്സ് ഇന്നും നീറി പുകയുകയാണ്. പിനീട് കുറച്ചു ദിവസം കഴിഞ്ഞ് അമ്മയുടെ അസുഖത്തിന്ന് കൊറച്ചു ശമനം ഉണ്ടായി.

ഞങ്ങളുടെ ഒരു സുഹൃത്ത് വഴി പുതിയ ഒരാളെ ഏർപ്പാട് ആക്കി തന്നത്.

അങ്ങനെ ആണ് ഉള്ളവക്കാട് ഉള്ള ജയശ്രീ, ഞങ്ങളുടെ വീട്ടിൽ ജോലിക്ക് വന്നത്. അപ്പോഴും അച്ഛൻ എന്നോട് ചോദിക്കുമ്മായിരുന്നു എങ്ങനെ ഇനീം നമ്മൾ ഒരാളെ വിശ്വാസിക്കും?" കാരണം കഴിഞ്ഞേ അനുഭവങ്ങൾ തന്നെ പാഠം അതായിരുന്നല്ലോ. അപ്പം ഞാൻ പറഞ്ഞു അച്ഛാ, ഞാൻ ആ കുട്ടിയോട് ഫോണിൽ സംസാരിച്ചിരുന്നു. അതിന്റെ സംസാരം

കേട്ടപ്പോൾ നല്ല മനസുള്ള ഒരാളാണെന്ന് തോനുന്നു. അച്ഛനോട് അപ്പോൾ ഞങ്ങളുടെ സുഹൃത്തും പറഞ്ഞിരുന്നു, "നല്ല ഒരു കൊച്ചു ആണ്, അമ്മയെ നന്നായി നോക്കും എന്നും മറ്റും. അങ്ങനെ ജയശ്രീ ജോലിക്ക് വന്ന ദിവസം തന്നെ, അവളെ കണ്ടപ്പോൾ എനിക്ക് എന്തോ ഒരു മുജ്ജന്മ ബന്ധം തോന്നിയിരുന്നു, എന്ന് പറയുന്നതാകും ശെരി.

എന്തോ എനിക്ക് ഏറ്റവും വേണ്ടപ്പെട്ട ഒരാളെ കിട്ടി എന്നുള്ള ഒരു സന്തോഷം മനസ്സിൽ തോന്നിയിരുന്നു. അവൾ വരുന്നതിൽ മുന്നേ ഫോൺ ഇൽ ക്കൂടെ ഇവിടത്തെ അവസ്ഥകൾ ഒക്കെ പറഞ്ഞിരുന്നു. തിരിച്ചു ഇങ്ങോട്ട് ഉള്ള സംസാരം കേട്ടപ്പോൾ മനസിന്ന് ഒരു ആശ്വാസം തോന്നി തുടങ്ങിയിരുന്നു. അങ്ങനെ ഓണത്തിന്ന് അവരുടെ വീട്ടിൽ ഉണ്ടാക്കിയേ എല്ലാം വിധ ഉപ്പേരികളും, സമന്തിപൊടി, അച്ചാറുകൾ എന്ന് വേണ്ട, എല്ലാം സാധനങ്ങളുമായി ആണ് ജയശ്രീ വന്നിരുന്നത്. ഞങ്ങൾക്കും ഇത് കണ്ട് അത്ഭുതം ആയിരുന്നു കാരണം ആദ്യമായി ആണ് ജോലിക്ക് വരുന്നേ ഒരു ആളിൽ നിന്നും ഇതൊക്കെ കാണുന്നത്. പിന്നീട് അറിയാൻ കഴിഞ്ഞ് ആ കുട്ടിയും ഒരുപാട് പ്രയാസങ്ങളിലൂടെ കടന്നപോയിരുന്നതാണെന്ന്.

ഒരു ദുഃഖം അനുഭവിച്ചവർക്ക് മറ്റൊരാളുടെ വിഷമം മനസിലാക്കാൻ കഴിയുവല്ലോ. അമ്മയുടെ എല്ലാം കാര്യങ്ങളും ഞാൻ നോക്കുന്നത് പോലെ വൃത്തിയായും

സ്നേഹത്തോടെയും ചെയുന്ന കണ്ടപ്പോൾ അച്ഛനും എനിക്കും വളരെ സന്തോഷമയായി.

അവളുടെ ഭർത്താവിനെ പടനിലത്തു സ്കൂളിൽ എന്റെ അച്ഛൻ പഠിപ്പിച്ചത് ആരുന്നു എന്ന് പറഞ്ഞു. സത്യത്തിൽ എനിക്ക് ഒരു അനുജത്തി കിട്ടിയപോലെ ഒരു സന്തോഷം ആയിരുന്നു. ഈശ്വരൻ എനിക്ക് നൽകിയെ ഒരു കാരുണ്യമായിരുന്നു ജയശ്രീ.

ആര് ജോലിക്ക് നിന്നിരുന്നാലും ഞങ്ങളാൽ കഴിയുന്ന എല്ലാം ജോലിയും അച്ഛനും ഞാനും ചെയ്തിരുന്നു അതുകൊണ്ട് ജോലിക്ക് വരുന്നവർക്ക് ആർക്കും ഒരു ബുദ്ധിമുട്ടും അനുഭവപ്പെട്ടിട്ടില്ല. ഒരു ദിവസം ഞാൻ അച്ഛനോട് ചോദിച്ചിരുന്നു "എങ്ങനെ ഒണ്ട് അച്ഛാ, പുതിയ ആൾ?"

അപ്പോൾ അച്ഛനിൽ നിന്നും കിട്ടിയ മറുപടി എന്നെ ഏറെ സന്തോഷിപ്പിച്ചു, "നീ നിന്റെ അമ്മേ എങ്ങനെ ആണോ നോക്കുന്നെ, അതുപോലെ ആണ് അവളും എല്ലാം കാര്യവും ചെയ്യുന്നത്, ഈശ്വരൻ വലിയ ഒരു കാരുണ്ണ്യമാണ് നമ്മളോട് കാണിച്ചത് എന്നും. ജയശ്രീ വന്നിരുന്നെങ്കിലും ഞാൻ എന്റെ പതിവ് ച്ചിട്ടകൾ അതുപോലെ തന്നെ ചെയ്തിരുന്നു. ഞാൻ ഉണർന്നാൽ ഉടൻ തന്നെ വീട്ടിൽ വന്നു അമ്മയുടെ എല്ലാം പ്രഥമിക കാര്യങ്ങളും ഞാനും ജയശ്രീയും കൂടിയാണ് ചെയ്തിരുന്നത്. അതെല്ലാം കഴിഞ്ഞ് അമ്മയ്ക്ക് ആഹാരവും മരുന്നും നൽകിയതിന് ശേഷം മാത്രം ആണ് എന്റെ വീട്ടിലെ ജോലികൾക്കു തുടക്കം ഇടുന്നത്.

കാരണം രാവിലെ അമ്മ എന്തെങ്കിlum ആഹാരം കഴിച്ചതിന്ന് ശേഷം മാത്രമേ അച്ഛൻ ഏതെങ്കിലും കഴിക്കുകയൊള്ളായിരുന്നു. ഇങ്ങനെ ഭാര്യയെ സ്നേഹിക്കുന്നെ ഒരു ഭർത്താവിനെ കുറിച് ഞാൻ എങ്ങും വായിച്ചും പറഞ്ഞും കേട്ടിട്ടില്ല. എന്റെ അമ്മയുടെ മഹാഭാഗ്യം ആയിരിന്നു അച്ഛൻ. അങ്ങനെ പതിവ് പോലെ ഒക്ടോബർ 7ആം തിയതി രാവിലെ ഞാൻ വീട്ടിൽ ചെല്ലുമ്പോൾ

സന്തോഷത്തോടെ കാപ്പി കഴിചോണ്ട് ഇരിക്കുന്നെ അച്ഛനെ ആണ് കണ്ടത്. അന്ന് പതിവില്ലാത്ത പോലെ അച്ഛൻ അമ്മ കാപ്പി കഴിക്കുന്നതിന്നു മുന്പേ കഴിച്ചിരുന്നു അതിന് മുന്നേ ജയശ്രീ എന്നോട് പറഞ്ഞായിരുന്നു, 'തലേദിവസം അമ്മ ഒട്ടും ഉറങ്ങിയിരുന്നില്ല, അതിനാൽ സാറിനും ഒരുപോലെ കണ്ണടക്കാൻ കഴിഞ്ഞിരുന്നില്ല, ഇരുന്നാണ് നേരം വെളുപ്പിച്ചേ' എന്നും മറ്റും. ,

"മിനി വരുമ്പോൾ ഞാൻ ഉറങ്ങിയില്ല എന്ന് ഒന്നും പറയരുത്, അത് അവൾക് സങ്കടം ആവും' എന്ന്.

ഇതെല്ലാം അറിഞ്ഞ ഞാൻ അച്ഛനോട് ചോദിച്ചിരുന്നു. ഇന്നലെ അച്ഛൻ ഉറങ്ങാൻ കഴിഞ്ഞിരുന്നോ എന്ന്, അപ്പോൾ ഒരു പുഞ്ചിരിയോടെ, കാപ്പി കഴിക്കുന്നതിൽ ശ്രദിച്ചു, "കുഴപ്പമില്ല മോളെ' എന്ന് ഞാൻ വിഷമിക്കും എന്ന് കരുതി അച്ഛൻ എല്ലാം മറച്ചു വെച്ചതാണ് എന്ന് എനിക്ക് അറിയാം. അത് കഴിഞ്ഞ് ഞാനും ജയശ്രീയും കൂടി അമ്മയുടെ കാര്യങ്ങൾ എല്ലാം നിർവഹിച്ചതിന്ന് ശേഷം ഞാൻ അച്ഛന്റെ

മുറിയിൽ ചെന്നപ്പോൾ കണ്ട കാഴ്ച, അച്ഛൻ നല്ല ഉറക്കത്തിൽ ആയിരുന്നു. ഞാനും വിചാരിച്ചു അച്ഛനോട് യാത്ര പറയണ്ട, ഉറങ്ങിക്കോട്ടെ. ഇന്നലെ ഒട്ടും ഉറങ്ങിയതല്ലല്ലോ എന്ന് മനസ്സിൽ വിചാരിച്ചു, ജയശ്രീയോട് പറഞ്ഞിരുന്നു, "മോളെ നീ ലാൻഡ്ഫോൺ ന്റെ receiver മാറ്റി വെക്കണേ, അല്ലെങ്കിൽ ആരെങ്കിലും വിളിച്ചാൽ അത് അച്ഛന്റെ ഉറക്കത്തിന്ന് ഒരു തടസം ആവുവല്ലോ. എന്ന്.

ആദ്യമായി ആണ് ഞാൻ എന്റെ അച്ഛനോട് യാത്ര പറയാതെ പോയത്. അത് അവസാനത്തെ യാത്ര ആണെന്ന് ഞാൻ എങ്ങനെ അറിയാൻ ആയിരുന്നു.

ഞാൻ വീട്ടിൽ വന്നു കാപ്പി എല്ലാം ഉണ്ടാക്കി, കഴിച്ചോണ്ട് ഇരുന്നപ്പോൾ ഞാൻ ചിന്തിക്കുകയായിരുന്നു, ഈശ്വരൻ ഞങ്ങളോട് എന്തൊരു കാരുണ്യം ആണ് ചെയുന്നത്, ജയശ്രീ അവിടെ ഉള്ളത് കൊണ്ട് എന്റെ അച്ഛൻ പകലെങ്കിലും ഉറങ്ങാൻ പറ്റുന്നുണ്ടല്ലോ, എന്ന് വിചാരിച്ചു ഇരിക്കുമ്പോൾ ആണ് ജയ എന്നെ വിളിക്കുന്നത്, "മിനി ഇങ്ങോട്ട് ഓടി വാ, സാറിന്ന് ഒരു വയ്യാഴിക പോലെ..

കേട്ടപാടെ ഞാൻ ഒറ്റ ഓട്ടം ആയിരുന്നു. അപ്പോളും ഞാൻ വിചാരിച്ചു അമ്മയ്ക്കു എന്തെങ്കിലും....

വീട്ടിൽ വന്നപ്പോൾ കണ്ട കാഴ്ച .... ഇന്ന് എനിക്ക് അത് ഓർക്കാൻ പോലും കഴിയുന്നില്ലന്നില്ല.

എല്ലാം 5 മിനിറ്റിനുള്ളിൽ അവസാനിച്ചു

പിന്നീട് ആണ് ജയശ്രീ എന്നോട് വിവരം പറയുന്നത്. ഞാൻ പോയി കഴിഞ്ഞതിന്ന് ശേഷം, അച്ഛൻ 2 മണിക്കൂർ സുഖമായി ഉറങ്ങി, അത് കഴിഞ്ഞ് പുഞ്ചിരിച്ചു കൊണ്ട് നടന്നുവന്നു, ജയശ്രീയോട് ചോദിച്ചു അത്രേ, "റബ്ബർ വെട്ടുന്നെ ആൾക്ക് ചായ കൊടുത്തിരുന്നോ. എന്ന് അപ്പോൾ അവൾ പറഞ്ഞു," അയാൾ ദൂരെ നിന്ന് വെട്ടുകെയാണ് സാറേ, ഇങ്ങോട്ട് വന്നില്ല എന്ന്, സാറിന്ന് ഇപ്പൊൾ ചായ വേണോ എന്ന് ചോദിച്ചപ്പോൾ,

"എന്നാ എനിക്ക് ഒരു ഗ്ലാസ് ചായ വേണം എന്ന് പറഞ്ഞു.

അവൾ ഒരു ഗ്ലാസ് ചായ അച്ഛൻ ഒഴിച്ചു കൊടുത്തു, അത് കുറച്ചു കുടിച്ചതിന് ശേഷം ഗ്ലാസ് ടേബിളിൽ വെക്കാൻ പറ്റാത്ത അവസ്ഥ കണ്ട് അവൾ ചോദിച്ചു. എന്താണ് സാറെ?"

അപ്പോ അച്ഛൻ പറഞ്ഞു. എനിക്ക് എന്തോ ഒരു വല്ലായ്മ. അപ്പോൾ അവൾ വിചാരിച്ചു തലെദിവസം ഒട്ടും ഉറങ്ങിയതല്ലല്ലോ, അതിന്റെ ക്ഷീണം ആരിക്കും എന്ന് വിചാരിച്ചു, ശകലം വെള്ളം എടുത്ത് മുഖത്തു തളിച്ചു, അപ്പോൾ അവളുടെ മുഖത്തേക്ക് ചിരിച്ചുകൊണ്ട് ഒന്ന് നോക്കി, അപ്പോഴേ കണ്ണുകളും അടഞ്ഞിരുന്നു. അപ്പോഴേക്കും എല്ലാം കഴിഞ്ഞിരുന്നു. ആ സമയത്ത് അവൾ അവിടെ ഇല്ലായിരുന്നെങ്കിൽ എന്റെ അച്ഛൻ ഒരു പക്ഷെ താഴെ വീണ്, എന്ത്

സംഭവിച്ചെനെഎന്ന് ഞാൻ ആലോച്ചിട്ടുണ്ട്. നെഞ്ച് പൊട്ടി പോകുന്ന അവസ്ഥ.

മരിക്കുന്നതിന് രണ്ട് ദിവസം മുന്പേ അച്ഛൻ പഠിപ്പിച്ചിരുന്നേ ഒരു ആളിന്റെ മകളുടെ ഡെന്റൽ ക്ലിനിക്കിന്റെ ഉൽഘാടനത്തിന് അച്ഛനെ അദ്ദേഹം വീട്ടിൽ വന്നു ക്ഷണിച്ചിരുന്നു. ഈ കാര്യം അച്ഛൻ എന്നോട് പറഞ്ഞിരുന്നു. അമ്മ സുഖമില്ലാതെ കെടന്നതിൽ പിന്നെ അങ്ങനെ വലിയ യാത്രകൾ ഒന്നും തന്നെ ഉണ്ടായിരുന്നിലല്ല.

അപ്പൊ അച്ഛൻ പറഞ്ഞിരുന്നു. എങ്ങനെയാ ണ് മോളെ, അതിന്ന് പോകാതെ ഇരിക്കുന്നെ, അവൻ ഇവിടെ വന്നു ക്ഷണിച്ചത് അല്ലെ . എന്നും മറ്റും.

അപ്പോൾ ഞാൻ പറഞ്ഞു. അച്ഛൻ പോയി വന്നാട്ടെ, ഞാൻ അമ്മയുടെ അടുത്ത ഇരുന്നോളാം. അവിടെ പഴേ സുഹൃത്തുക്കളെ ഒക്കെ കാണാമല്ലോ.. അങ്ങനെ രാവിലെ കുളിച്ചൊരുങ്ങി സന്തോഷത്തോടെ അവസാനം പങ്കെടുത്ത ചടങ്ങ ആയിരുന്നു അത്. അവിടെ പരിചയം ഉള്ളെ ഒരു പാട് പേരുമായി കാണാനും സംസാരിക്കാനും കഴിഞ്ഞെന്ന് ഇവിടെ വന്നു എന്നോട് പറഞ്ഞിരുന്നു. അവിടെ നിന്ന് ലഭിച്ചേ മധുര പദാർഥങ്ങൾ എന്റെ കൊച്ചുമോന് കൊണ്ട് കൊടുക്കുകയും ചെയ്തിരുന്നു.

രണ്ട് ദിവസത്തിന്ന് അകം അച്ഛന്റെ വിയോഗം കെട്ടവർക് എല്ലാം അത്ഭുതം തന്നെ ആയിരുന്നു. അനായാസേന മരണം . എന്ന് ഒരു ചൊല്ല് ഉണ്ടല്ലോ, ഈശ്വരൻ മരണത്തിൽ എന്റെ അച്ഛനെ

പരമാനന്ദ സുഖം നൽകിയിരുന്നു എന്ന് വിശ്വസിക്കൻ ആണ് എനിക്ക് ഇഷ്ടം. ഒരു ആശുപത്രിയിൽ കൊണ്ട് പോകണ്ടി വന്നില്ല, ഒരു വേദന അനുഭവിച്ചില്ല, സമാധാനത്തോട് കൂടി ഉള്ള ഒരു മരണം. എന്റെ അച്ഛന്റെ ആ നല്ല മനസിന്ന് ഭഗവാൻ മരണത്തിലാണ് ഒരു സുഖം നൽകിയത്. അച്ഛൻ എപ്പോഴും ഉണ്ടായിരുന്നു ആ പുഞ്ചിരിയോടെ കൂടി തന്നെ ആണ് അച്ഛന്റെ അവസാന യാത്രയും....

എല്ലാം കർമങ്ങളും പൂർത്തി ആക്കി മനസിന്ന് സമാധാനത്തോടെ മരിക്കാൻ കഴിയുക എന്ന് പറയുന്നത് ഏറ്റവും വലിയ ഒരു ഭാഗ്യം ആണ്. സത്യത്തിൽ അച്ഛന്റെ മരണത്തിന് ഈശ്വരന്റെ ഒരു കയ്യൊപ്പ് ഉണ്ടായിരുന്നു എന്ന് ഞാൻ വിശ്വസിക്കുന്നു

അല്ലെങ്കിൽ ഇപ്പോഴും കണ്ണും വയ്യാതെ അമ്മയുടടെ ഉറക്കമിളപ്പും എല്ലാം കൂടി അച്ഛൻ എന്തുമാത്രം വിഷമിച്ചു ഇരുന്നേനേം

അന്ന് ഒക്കെ അമ്മയുടെ കഷ്ടപ്പാട് കാണുമ്പോൾ ഈശ്വരനോട് ഞാൻ പ്രാർത്ഥിച്ചിരുന്നു അമ്മയ്ക്ക് സമാധാനായ ഒരു മരണം നൽകണേ എന്ന്. എന്നാൽ ഈശ്വരൻ അത് നൽകിയത് എന്റെ അച്ഛനാണ് എന്ന് മാത്രം. ദൈവം വിചാരിച്ച് കാണും ഈ പാവത്തിനെ ഇനീം കഷ്ടപ്പെടുത്തണ്ട എന്ന്. എല്ലാവർക്കും വേണ്ടി ഒരുപാട് കഷ്ടതകൾ സഹിച്ചിട്ട് ഒരു പരാതിയും ഇല്ലാത്ത എന്റെ അച്ഛനെ ഈശ്വരൻ രണ്ട് കൈയും നീട്ടി വിളിച്ചോണ്ട് പോവുകയാരുന്നു എന്ന് തോന്നുന്നു.

സമാധാനമായ മരണം, അത് അല്ലേ എല്ലാരും ആഗ്രഹിക്കുന്നെ. അത് എന്റെ അച്ഛന്ന് ഈശ്വരൻ അറിഞ്ഞു കൊടുത്തു, ഇതെല്ലാം അച്ചന്റെ ആ നല്ല മനസ്സിന്റെ അപ്പൂപ്പനെയും അമ്മൂമ്മയെയും നന്നായി ശി ശ്രുഷിച്ചതിന് ഈശ്വരൻ കനിഞ്ഞു നൽകിയ അനുഗ്രഹം തന്നെ ആണ്, ഒരാൾ എത്രെ നാൾ ജീവിച്ചിരുന്നു എന്നതല്ല, ജീവിച്ചു ഇരുന്നപ്പോൾ എത്രെ നന്നായി അർപ്പണമനോഭാവത്തോടെ എല്ലാം കർമങ്ങളും ചെയ്യുന്നതിൽ ആണ് ഒരാളുടെ ജീവിതവിജയം. സ്വന്തം വീട്ടിൽ ഒരാൾക്കു കിട്ടുന്നെ അതിരറ്റ സ്നേഹവും ബഹുമാനവും ഒക്കെയാണ് ആ വ്യക്തിയെ ഏറ്റവും വലിയവൻ ആക്കുന്നത് അല്ലാതെ സമൂഹത്തിൽ എന്തെല്ലാം ചെയ്താലും, സ്വന്തം വീട്ടിൽ ആരും ബഹുമാനിക്കുന്നില്ലെങ്കിൽ പിന്നെ ആ ജീവിതത്തിന്ന് എന്ത് അർത്ഥമാണ് ഉള്ളത്?

അച്ഛൻ എന്നോട് പറയുവായിരുന്നു, അമ്മയ്ക്ക് ഒരു വിഷമവും വരുത്തരുതെന്ന്. അത് അക്ഷരം പ്രതി അനുസരിക്കാൻ എനിക്ക് കഴിഞ്ഞു എന്നുള്ളതാണ്, എന്റെ ജീവിതത്തിലെ, എനിക്ക് എന്നോട് തന്നെ ഒരു ബഹുമാനം തോന്നുന്ന കാര്യം, അതിനെ വേണമെങ്കിൽ ഒരു ആത്മ സംതൃപ്തി എന്ന് പറയാം. അച്ഛൻ അമ്മയെ എന്നെ ഏല്പിച്ചിട്ടാണ് പോയത്. അച്ഛന്റെ വേർപാടിൽ എല്ലാം ഉള്ളിലൊതുക്കി അച്ഛൻ ഇപ്പോഴും ഇവിടെ ഉണ്ട് എന്ന് അമ്മയെ പറഞ്ഞു ആശ്വസിപ്പിക്കുമ്പോഴും എന്റെ ഹൃദയം വേദന കൊണ്ട് വിങ്ങുകയാണ്.

ഏകദേശം മൂന്ന് വയസ് ഉള്ള ഒരു കുഞ്ഞിന്റെ നിഷ്കളങ്കമായ മനസ്സാണ് കുറേ നാളുകളായി എന്റെ അമ്മയ്ക്ക്. അച്ചന് ചോറു കൊടുത്തോ, കാപ്പി കൊടുത്തോ എന്ന് ആണ് അമ്മയ്ക്ക് എപ്പോഴും പറയാൻ ഉള്ളത്. അമ്മയെ നന്നായി നോക്കാൻ വേണ്ടി ആയിരുന്നിരിക്കണം അച്ഛൻ നേരത്തെ പോയത് കാരണം അമ്മ ആയിരുന്നു അച്ഛന് എല്ലാം....

അച്ഛൻ പോയെ ദിവസം മുതൽ ഈ നിമിഷം വർഷം എന്റെ അമ്മയ്ക്ക് വേണ്ടി ഉഴിഞ്ഞു വെച്ചതായിരുന്നു എന്റെ ജീവിതം. ഇതിനെല്ലാം പൂർണമനസ്സോടെ എന്നെ അമ്മയെ നോക്കാൻ അനുവദിച്ചു എന്റെ ഭർത്താവിന്റെ ആ വലിയ മനസിന്നാണ് ഞാൻ എന്നും ഈശ്വരനോട് നന്ദി പറയുന്നത്. ഏറ്റവും വലിയ ഒരു ത്യാഗം ആണ് അദ്ദേഹം എനിക്ക് വേണ്ടി നൽകുന്നത്. അതു എന്നോടുള്ള സ്നേഹത്തേക്കാൾ ഉപരി എന്റെ അച്ഛനമ്മമാരോടുള്ള ഒരു ബഹുമാനവും സ്നേഹവും ഒക്കെയായി കാണാനാണ് എനിക്കിഷ്ടം. ഇന്ന് എന്റെ മനസിന്ന് ഏറ്റവും തൃപ്തി തരുന്ന ഭാഗ്യമായി ഞാൻ ആ സ്നേഹത്തെ കാണുന്നു. അച്ഛൻ പറയാറുള്ളത് പോലെ ഒരു ആത്മ സന്തൃപ്തി ഇന്ന് ഞാൻ അനുഭവിക്കുന്നുണ്ട്. സ്വന്തം അച്ഛനമ്മമാരെ അദ്ദേഹവും ജീവനുതുല്യം സ്നേഹികുകയും, ബഹുമാനിക്കുകയും ചെയ്യുന്നതിനാലാണ് എനിക്കും ഈ ഒരു പരിഗണന നൽകുന്നത് എന്ന് ഞാൻ ഉറച്ചു വിശ്വസിക്കുന്നു. ഇതൊക്കെ ഈശ്വരന്റെ ഒരു കാരുണ്യമായി ഞാൻ കാണുന്നു.

ഇന്ന് എന്റെ അമ്മയുടെ ഈ നിസ്സഹായ അവസ്ഥ കാണുമ്പോൾ ഉള്ളിനെ കാർന്നു തിന്നുന്ന വേദന ഉണ്ട്, എനിക്ക് അറിയാം ഇനിയും ഞാൻ ഇതുമായി ജീവിക്കാൻ പഠിക്കണം. ഈ ശൂന്യതയിൽ പോലും അച്ഛന്റെ സ്നേഹം അനുഭവിക്കാൻ എനിക്ക് ആവുന്നുണ്ട്.

എല്ലാം ദുഃഖത്തിൽ നിന്നും, വേദനയിൽ നിന്നും അച്ഛൻ എന്നെ രക്ഷിക്കും എന്ന് എനിക്ക് അറിയാം. ഞാൻ കണ്ണ് അടക്കുമ്പോൾ എല്ലാം നല്ല കാര്യങ്ങൾ ആണ് എന്റെ ഓർമയിൽ വരുന്നത് , എനിക്ക് അറിയാം ഇതെല്ലാം എന്റെ അച്ഛൻ ചെയ്യുന്നതാണ് . എന്റെ കുട്ടികാലത്തു എന്റെ അമ്മ എന്നെ നോക്കിയിരുന്നത് എങ്ങനെയാണോ, അത്പോലെ ആണ് അമ്മയെ ഞാൻ ഇന്ന് നോക്കുന്നത്.

കുഞ്ഞുങ്ങളുടെ നിർബന്ധങ്ങളും പിടിവാശികളും ആണ് ഇപ്പം അമ്മക്ക് ഉള്ളത്

അതെല്ലാം ഒരു അമ്മ എങ്ങനെ ആണോ കൈ കാര്യം ചെയ്യുന്നത് അത്പോലെ തന്നെയാണ് ഞാൻ ഇപ്പൊ ചെയ്യുന്നത്. അതൊക്കെ സന്തോഷത്തോടും ഭക്തിയോടും കൂടി ചെയ്യുമ്പോൾ കിട്ടുന്ന ഒരു അനുഭൂതി എനിക്ക് പറഞ്ഞു അറിയിക്കാൻ കഴിയില്ല. അച്ഛനും അമ്മയും നമ്മൾക്കു വേണ്ടി സഹിച്ചതിന്റെ നൂറിൽ ഒരു അംശം പോലും മതിയാകുകയില്ല എന്ന് എനിക്ക് അറിയാം എന്നാലും ഇത്രയുമെങ്കിലും ചെയ്യാൻ ഈശ്വരൻ ഒരു അവസരം തന്നതിൽ ഞാൻ ഭഗവാന്റെ

പാദങ്ങളിൽ എല്ലാം സമർപ്പിക്കുന്നു. അത് പോലെ എടുത്ത് പറയുകയാണ് ഞാൻ എന്റെ ജയശ്രീയെ കുറിച്ച്....

എന്റെ അമ്മയെ പൊന്നു പോലെ നോക്കാൻ എനിക്ക് കൂട്ടായി തന്ന എനിക്ക് പിറക്കാതെ പോയെ എന്റെ അനുജത്തി ആണ് അവൾ. ഒരിക്കലും മറക്കാൻ കഴിയില്ല അവളുടെ സേവനം. സ്വന്തം അമ്മയെ നോക്കുന്നത് പോലെ ആണ് അവൾ ഞങ്ങളുടെ അമ്മയെ നോക്കുന്നത്, എന്റെ വേദനങ്ങളിൽ എല്ലാം ആശ്വാസവും സമാധാനവും, നൽകി എന്തിനും ഏതിനും എന്നോടൊപ്പം അവൾ ഉണ്ട് എന്നാണ് എന്റെ ഏറ്റവും വലിയ ഭാഗ്യം. ഇതെല്ലാം എന്റെ കണ്ണന്റെ കാരുണ്യം മാത്രമാണ്.

എന്റെ അച്ഛനെയും അമ്മയേയും പോലെ ഒരുപാട് നല്ല സുഹൃത്ബന്ധങ്ങൾ ഞാനും സൂക്ഷിക്കുന്നുണ്ട്. എന്റെ 5 വയസ്സ് മുതൽ ഇന്ന് ഇവിടെ വരെ എത്തി നിൽക്കുന്ന എന്റെ പ്രിയപ്പെട്ട കൂട്ടുകാരി പ്രഭ.... എന്റെ ജീവിതത്തിലെ എല്ലാ മുഹൂർത്തങ്ങളിലും സാക്ഷി ആയി, എന്റെ സന്തോഷങ്ങളിലും ദുഖങ്ങളിലും ഒരുപോലെ എന്നോടൊപ്പം നിൽക്കുന്ന എന്റെ പ്രിയപ്പെട്ട കൂട്ടുകാരിയെ ഞാൻ എങ്ങനെ വർണിക്കാൻ ആണ്. വർണനങ്ങൾക് അപ്പുറം ഉള്ള ഒരു ബന്ധമാണ് അത്. അത്പോലെ തന്നെ ഡിഗ്രിക്ക് ഞാൻ പഠിക്കുമ്പോൾ കിട്ടിയ ഒരു കൂട്ടുകാരിയാണ് ജീജ. അന്ന് മുതൽ ഇന്ന് വരെ ആ ബന്ധവും എന്റെ

ജീവിതത്തിന്റെ ഒരു ഭാഗം ആയി കഴിഞ്ഞിരിക്കുന്നു. അച്ഛൻ മരിച്ച സമയത്തും, അമ്മ സുഖമില്ലാതെ കിടക്കുമ്പോഴും ഇവർ രണ്ടു പേരും നൽകിയ ആശ്വാസവും ധൈര്യവും, സ്നേഹവും ഒന്നും പറഞ്ഞറിയിക്കാൻ കഴിയുന്നത് അല്ല. എല്ലാം മനസ്സ് തുറന്ന് പറയാൻ കഴിയുന്നെ കൂട്ടുകാർ ഉണ്ടാകുക എന്നത് ജീവിതത്തിൽ കിട്ടുന്നെ മഹാ ഭാഗ്യമാണ്.

ഇനിയും എന്റെ സഹോദരൻ, ഉണ്ണി, അവൻ ആൾ ഒരു ശുദ്ധൻ ആണ്, മനസ്സ് നിറച്ചു സ്നേഹവുമാണ്. എന്ത് ചെയ്യാം..... ഒരു സാഹചര്യം വന്നാൽ അതിനെ നേരിടാനുള്ള ഒറു കെല്പ് അവൻ ഇല്ലാതെ ആയി പോയി. അച്ഛന്റെ അമിത ലാളന ഒരു വിഷയം ആയിരുന്നു അതിനാൽ ആയിരിക്കണം ആ ഒരു സ്വഭാവം അങ്ങനെ ആയത്. പണ്ടേ അച്ഛൻ എന്നോട് പറയാറുണ്ടായിരുന്നു, "നിങ്ങൾ തമ്മിൽ ഒരിക്കലും പിണങ്ങരുത്" എന്ന്. അത് ഞാൻ ഇന്നും അക്ഷരം പ്രതി അനുസരിക്കുന്നുണ്ട്. ഇന്ന് അച്ഛന്റെ അഭാവത്തിൽ അവൻ ഒരു ബുദ്ധിമുട്ടും അനുഭവപ്പെടാതെ ആണ് ഞാൻ എല്ലാം കാര്യങ്ങളും ചെയ്തോണ്ട് ഇരിക്കുന്നത്. അച്ഛന്റെ പെട്ടെന്ന് ഉള്ള വേർപാട് അവനെ മാനസികമായി തളർത്തിയിരുന്നു.

പിന്നെ അത്പോലെ ഏറ്റവും പ്രാധാനപ്പെട്ട ഒരു കാര്യം, അച്ഛന് പോയതിനു ശേഷം, എനിക്ക് ചെയ്യാൻ കഴിഞ്ഞത്, എന്റെ ആങ്ങളയുടെ മകനെ ഇവിടെ കൊണ്ടുവരാൻകഴിഞ്ഞു എന്ന് ഉള്ളത് ആണ്. അഞ്ചാം മാസത്തിൽ ഇവിടെ

നിന്നും കൊണ്ടുപോയ ആ കുഞ്ഞിനെ 16 വർഷത്തിനു ശേഷം , ഇവിടെ തിരിച്ചു എത്തിക്കാൻ സഹായിച്ച ഈശ്വരന്റെ ഒരു മഹാ കാരുണ്യത്തിന് മുന്നിൽ ഞാൻ ശിരസ്സ് നമിക്കുന്നു. അച്ഛൻ ഉള്ളപ്പോൾ ഒരുപാട് പ്രാവിശ്യം അവിടെ ചെന്നിരുന്നെങ്കിലും അവരുടെ ഇങ്ങോട്ട് ഉള്ള പ്രതികരണം സഹിക്കാവുന്നതിലും അപ്പുറം ആയിരുന്നു.

ഞങ്ങൾ അവനെ അവസാനം കണ്ടത് അവൻ ആറാം ക്ലാസ്സിൽ പഠിക്കുമ്പോൾ ആയിരുന്നു. അച്ഛനും അമ്മയും ഒരുപാട് ആഗ്രഹിച്ചിരുന്നു അവനെ ഒന്ന് സ്നേഹിക്കാനും, ലാളിക്കാനും ഒക്കെ....

നമ്മൾ വിചാരിക്കുന്ന പോലെ അല്ലല്ലോ ഒന്നും സംഭവിക്കുന്നത്, ഏതായാലും ഇപ്പം അവനെ ഇവിടെ കൊണ്ടുവന്നപ്പോൾ, അച്ഛന് കാണാൻ കഴിഞ്ഞില്ലെങ്കിലും അമ്മയെ കാണിക്കാൻ എനിക്ക് കഴിഞ്ഞിരുന്നു. അച്ഛനും കാണാമറയത്തിരുന്ന് സന്തോഷിച്ചിരിക്കുകയാവം. എന്റെ അച്ഛന്റെ ഒരു പാട് നല്ല ശീലങ്ങൾ എനിക്ക് അവനിൽ കാണാൻ കഴിയുന്നുണ്ട്.. വളരെ മിടുക്കനായ, മനസ്സിൽ ഒരുപാട് നന്മയുള്ള ഒരു കുഞ്ഞാണ് അവൻ. ഇനീയും അവനെ ഒരു നല്ല നിലയിൽ എത്തിക്കുക എന്നതാണ് എന്റെ ജീവിതലക്ഷ്യം. ഇതുവരെ കിട്ടാതെ ഇരുന്ന് എല്ലാ സ്നേഹവും, വാത്സല്യവും നൽകി സമൂഹത്തിന് ഉപകരിക്കുന്ന ഒരു നല്ല മനുഷ്യനായി അവൻ

വളരുന്നത് കാണാൻ ഈശ്വരൻ ഞങ്ങളെ അനുഗ്രഹിക്കും എന്നൊരു ഉറച്ച വിശ്വാസം എനിക്ക് ഉണ്ട്. ഇനീം ഞാൻ ഇല്ലാതെ ആയാലും എന്റെ മക്കൾ അവനെ പൊന്നുപോലെ നോക്കുമെന്ന് എനിക്ക് നന്നായി അറിയാം. ഈ ഒരു സാഹചര്യത്തിലും അവൻ ഇത്ര നല്ല സ്വഭാവത്തോടേ വളർന്നത് ഈശ്വരന്റെ ഒരു വലിയ കാരുണ്യം കൊണ്ട് മാത്രമാണ്....

ഇനീയും ഒരു ജന്മം ഉണ്ടോ എന്ന് അറിയില്ല, എന്നിരുന്നാലും ഈശ്വരനോട് ഒരു അപേക്ഷ മാത്രമേ എനിക്ക് ഒള്ളു, അങ്ങനെ ഒരു ജന്മം തരുകയാണെങ്കിൽ എന്റെ അച്ഛന്റേം അമ്മയുടേയും മകളായി പിറക്കാൻ കഴിയണേ, എന്ന ഒരു പ്രാർത്ഥന മാത്രമേ എനിക്ക് ഒള്ളു.

ഇന്ന് ഏറി വരുന്ന വൃദ്ധസദനങ്ങൾ നമ്മളെ ഓർമിപ്പിക്കുന്ന ചിലത് ഉണ്ട്. അവഗണിക്കപെടുകയും, അനാദരിക്കപെടുകയും ചെയുന്ന വൃദ്ധ മാതാപിതാകൾ ഇന്നത്തെ സമൂഹത്തിന്റെ വലിയ ഒരു ശാപം തന്നെ ആണ്, വാർദ്ധക്യം സൃഷ്ടിക്കുന്ന അവശതകൾ അനവധി ആണ്. അതിന്റെ കൂടെ മക്കളുടെ അവഗണ കൂടെ ആവുമ്പോൾ അത് ഉണ്ടാക്കുന്ന വേദന പറഞ്ഞറിയിക്കാൻ പറ്റാത്തതാണ്.

ഈ ലോകത്തിൽ നമ്മൾക്കു ഏറ്റവും വലിയ കടപ്പാട് സ്വന്തം അച്ഛനമ്മമാരോട് തന്നെ ആണ്. അവർ ജീവിച്ചു ഇരുന്നപ്പോൾ വേണ്ടതുപോലെ നോക്കി ഇല്ലല്ലോ എന്ന് ഓർത്ത് വിലപിക്കാൻ ഇട

വരുത്തരുത്, പോയ കാലം, തിരിച്ചു വരികില്ലെന്ന് ഓർക്കുക

ഏതൊരാളെയും അയാളുടെ വേരുകളുമായി ബന്ധിപ്പിക്കുന്നെ ഒരു വാക്ക് ആണ് അമ്മ. നിരുപാധികമായ സ്നേഹത്തിന്റെ പര്യായം. എത്രെ തിരക്കാണെങ്കിലും ദിവസത്തിൽ ഒരുതവണ എങ്കിലും അച്ഛനമ്മമാരെ ഓർക്കാത്തവർ കാണില്ല. ജീവന്റെ പാതിയായ അച്ഛൻ അമ്മമാർക്ക് വേണ്ടി ഒരു ദിവസം മാത്രം മാറ്റി വെക്കുന്നെത് മതി വരുമെന്ന് തോന്നുന്നുണ്ടോ?

മാതാ പിതാകളോടുള്ള കടമ വേണ്ടപോലെ നിർവഹിക്കാൻ ഇന്നത്തെ തലമുറ മറന്നുപോകുന്നുണ്ടോ. വൃദ്ധരായ അച്ഛൻ അമ്മമാരുടെ കൂടെ കഴിയുന്ന അത്ര സമയം ചിലവഴിക്കണം. മാസങ്ങൾ കൂടുമ്പോൾ കുറച്ചു നേരം ഫോൺ ചെയ്ത് സംസാരിച്ചത് കൊണ്ടോ പിറന്നാൾ ആശംസിച്ചത് കൊണ്ടോ മക്കളുടെ കടമകൾ പൂർത്തിയാകുന്നില്ല. മാതാ പിതാക്കളുടെ ഹൃദയം അറിഞ്ഞു അവരോട് പെരുമാറണം. നാം ഉള്ള കാലത്തോളം ഓരോ സെക്കൻഡിലും, ഓരോ പരമാണുകൊണ്ടും, നാം നമ്മുടെ അച്ഛൻ അമ്മമാരെ സ്നേഹിക്കണം. അതുകൊണ്ട് തന്നെയാണ് മാതാ പിതാ ഗുരു ദൈവം എന്ന് പറയുന്നത്. മക്കൾക്കു വേണ്ടി തന്റെ ജീവനും ജീവിതവും ഉഴിഞ്ഞു വെച്ച വ്യക്തികൾ ആണ് അവർ. മാതാ പിതാക്കളുടെ വാർദ്ധക്യദുഃഖങ്ങൾ മക്കളുടെ സ്നേഹത്താൽ

അലിഞ്ഞില്ലാതെ ആകട്ടെ/ അതിനോളം വലിയ ഒരു പുണ്യവും ധന്യതയും. മറ്റൊന്നിലും ഇല്ലാ.

അച്ഛന്റെയും അമ്മയുടെയും കാൽപാദങ്ങളിൽ ആയിരിക്കണം നമ്മുടെ സ്വർഗം. അതിന്ന് മാത്രം അർഹത ഉള്ളവർ ആയിരിക്കണം ഓരോ അച്ഛനമ്മമാരും..... നമ്മൾ നമ്മുടെ അച്ഛൻ അമ്മമാരോട് കാണിക്കുന്നെ മാതൃക കണ്ട് വേണം നമ്മുടെ കുഞ്ഞുങ്ങളും വളരേണ്ടത്. നമ്മൾ ചെയ്യുന്ന എല്ലാം പ്രവർത്തികളും അവർ നോക്കി കാണുന്നുണ്ട് എന്ന ഉത്തമ ബോധ്യത്തോട് കൂടി വേണം മക്കളെ വളർത്തുക, അല്ലെങ്കിൽ വൃദ്ധസദനങ്ങളുടെ എണ്ണം കൂടുതൽ ആയാൽ അതിന് മക്കളെ കുറ്റം പറഞ്ഞിട്ട് കാര്യം ഇല്ല.

ഒന്ന് മാത്രം പറഞ്ഞു കൊണ്ട് നിർത്തട്ടെ, നമ്മൾ എല്ലാരും ഒന്ന് മനസിലാകണം, കണ്ണിന്റെ വില, കണ്ണും കാഴ്ചയായും നഷ്ടപെടുമ്പോഴെ അറിയൂ.....

സ്വന്തം അച്ഛൻ അമ്മമാരെ നഷ്ടപെടുമ്പോൾ ഉള്ള ഒരു വേദന സഹിക്കാവുന്നതിലും അപ്പുറം ആണ്. ലോകത്തിലെ നല്ലവരായ എല്ലാം മാതാപിതാക്കൾക്കും മരിച്ചുപോയ സ്വർഗവാസികളായ എല്ലാ അച്ഛനമ്മമാർക്കും

എന്റെ സ്നേഹം നിറഞ്ഞ

ആശംസകൾ 🙏🙏🙏🙏

എന്റെ അച്ഛനും,അമ്മയ്ക്കും ഏറ്റവും അടുപ്പവും,ഒരുപാട് ഇഷ്ടവും ഉള്ള രണ്ടു വ്യക്തിത്വങ്ങളായിരുന്നു വള്ളംകുളത്തുള്ള എന്റെ മണി അമ്മാവനും,സരോജ അമ്മാവിയും...അവർ രണ്ടുപേരും തന്നെ ഹൈസ്കൂൾ ആദ്യാപകരായിരുന്നു.എന്റെ കുട്ടിക്കാലം മുതൽ അച്ഛൻ മരിക്കുന്നവരെയും അവർ തമ്മിലുള്ള ആ ഒരു ആത്മ ബന്ധം അങ്ങിനെ തന്നെ തുടർന്ന് പോന്നിരുന്നു.ബന്ധങ്ങൾക്കുപരി ഏറ്റവുംനല്ലൊരു സൗഹൃദമായിരുന്നു എന്റെ അച്ഛനും,അമ്മയ്ക്കും അവരുമായി ഉണ്ടായിരുന്നത്.ഞങ്ങളുടെ സുഖ,ദുഖങ്ങളിലെല്ലാം അവരുടെ രണ്ടുപേരുടേയും സ്നേഹ സാമീപ്യം ഞാൻ എന്റെ കുട്ടിക്കാലം മുതൽ അനുഭവിച്ചു കൊണ്ടിരിക്കുകയാണ്.അമ്മക്ക് സുഖമില്ലാതെ ബില്ലേവിയർസ് യിലും,പരുമലയിലും,പുഷ്പഗിരിയിലും ഞാൻ അമ്മയെയും കൊണ്ട് കിടന്നപ്പോഴെല്ലാം അവർ രണ്ടുപേരും നിത്യ സന്ദർശകര ആ യിരുന്നു.അന്നവർ എനിക്ക് നൽകിയിരുന്നോരു സ്നേഹ സ്വാന്ത nem പറഞ്ഞറിയിക്കാൻ കഴിയില്ല...എന്റെ അച്ഛനമ്മമാരുടെ ഒരു സ്നേഹം പോലെ എനിക്കതു അനുഭവപ്പെട്ടിരുന്നു എന്നതാണ് സത്യം.അച്ഛന് വല്ലാത്തൊരു അടുപ്പമായിരുന്നു അമ്മാവനോട്.അച്ഛന്റെ വേർപാടിൽ എന്നും രാത്രിയിൽ രണ്ടുപേരും എന്നെ വിളിച്ചു സമാധാനിപ്പിക്കാറുണ്ടായിരുന്നു.അച്ഛന്റെ മരണശേഷം പത്തു ദിവസത്തിനകം

അമ്മാവനും വിടപറഞ്ഞു.അങ്ങിനെ ആ സുഹൃത് ബന്ധം മരണത്തിലും അടുത്തു തന്നെ സംഭവിച്ചിരുന്നു എന്നതാണ് എന്നെ അതിശയിപ്പിച്ചത്.അമ്മാവൻ മരിക്കുന്നതിന്റ തലേദിവസം രാത്രിയിൽ എന്നോട് അച്ഛന്റെ പെൻഷൻ പേപ്പറുകളുടെ കാര്യമെല്ലാം വിശദമായി സംസാരിച്ചിരുന്നു.രാവിലെ ഈ മരണ വാർത്ത അക്ഷരർത്ഥത്തിൽ എന്നെ വല്ലാതെ ഉലച്ചു കളഞ്ഞിരുന്നു.ഇപ്പോഴും അമ്മാവി എന്നെ വിളിച്ചു അമ്മയുടെ കാര്യങ്ങളെല്ലാം തിരക്കാറുണ്ട്.ബന്ധങ്ങൾക്കപ്പുറമുള്ള ഒരു ആത്മ ബന്ധമായി ഇന്നും അതു തുടർന്ന് കൊണ്ടിരിക്കുന്നു...

9 789354 728341

Printed by Libri Plureos GmbH in Hamburg, Germany